INSIGHT PUBLICA®

INSIGHT PUBLICA
Nadakkavu, Kozhikode, Kerala
Tel:0495 4020666
www.insightpublica.com
e-mail: insightpublica@gmail.com
Kadalasuvanchi
(Malayalam Stories)
Harshitha Polakulath
Illustrations: *Deva Manohar Manoj*
First Edition: April 2021

ISBN 978-93-91006-35-8

കടലാസുവഞ്ചി

ഹർഷിത പോളക്കളത്ത്

INSIGHT PUBLICA®

എന്റെ മനസ്സു കടലാസിലേക്ക് പകർത്താൻ
ചെറിയ മെഴുകുതിരി വെളിച്ചം നീട്ടിയ
പ്രിയ കൂട്ടുകാരി അനീസക്കും

ആ വരികളിലെ ആത്മാവിനെ തൊട്ടറിഞ്ഞ്
എഴുത്തിന്റെ വഴികളിലൂടെ സധൈര്യം സഞ്ചരിക്കാൻ
അകമഴിഞ്ഞ് പ്രോത്സാഹിപ്പിച്ച മനുവിനും
സ്നേഹസമ്മാനമായി
എന്റെ കടലാസുവഞ്ചി ഞാൻ സമർപ്പിക്കുന്നു.

കേരളത്തിൽ തൃശ്ശൂർ ജില്ലയിലെ കൊടുങ്ങല്ലൂരിൽ കോളേജ് അധ്യാപകരായ പ്രൊഫ. പി.ആർ. ഹർഷൻ, ഉഷ ഹർഷൻ ദമ്പതികളുടെ മകളായി 5-3-1978ൽ ജനിച്ചു.

പാലക്കാട് NSS കോളേജ് ഓഫ് എഞ്ചിനീയറിംഗിൽ നിന്നും സിവിൽ എഞ്ചിനീയറിംഗിൽ ബിരുദം. പതിനഞ്ച് കൊല്ലത്തെ പ്രവാസ ജീവിതത്തിനു ശേഷം ഭർത്താവ് മനോജിനും മകൻ ദേവക്കും ഒപ്പം ബാംഗ്ലൂരിൽ സ്ഥിര താമസം.

പന്ത്രണ്ടു ചെറുകഥകളുടെ സമാഹാരമാണ് കടലാസുവഞ്ചി. ആകാംക്ഷയും സങ്കൽപങ്ങളും കാത്തിരിപ്പും വിഷമങ്ങളും സന്തോഷവും നിറഞ്ഞ ജീവിതം. മനസ്സിൽ മായാതെ കിടക്കുന്ന കാഴ്ച്ചകളും യാത്ര വഴികളിൽ കണ്ടുമുട്ടിയ മുഖങ്ങളും വരികളിലൂടെ നമ്മുടെ മുന്നിൽ വന്നു പോകുന്നു. ഒരോ കഥയും ഒരു ഓർമ്മപെടുത്തലാണ്!

കഥകൾക്ക് ചിത്രങ്ങളിലൂടെ ജീവൻ നൽകിയിരിക്കുന്നത് മകൻ ദേവ മനോഹർ മനോജ്. (Author & Illustrator of Traffic Diary, a collection of 40 poems, published in 2020)

ഹർഷിത പോളക്കുളത്ത്

ആമുഖം

ഈ കഥകളിൽ നിങ്ങൾക്കു എന്നെ കാണാം.

പിന്നെ ഒരു കൂട്ടം മനുഷ്യരെയും.

എപ്പോഴൊക്കെയോ കണ്ടുമുട്ടിയവർ, എന്നിൽ നിന്നും പിരിഞ്ഞു പോയവർ, ഇഷ്ടപ്പെടുന്നവർ, എന്നെ ഇഷ്ടപ്പെടാത്തവർ, ഒരു പക്ഷേ നിങ്ങളും. മനസ്സിന്റെ ഒരോ അറകളിലും ആരൊക്കെയോ ഒളിച്ചിരിക്കുന്നുണ്ട്. എന്നെ ചിരിപ്പിക്കാൻ ചിന്തിപ്പിക്കാൻ.

അമ്മക്ക് എന്റെ വരികൾ വായിക്കുമ്പോൾ സങ്കടം വരുമത്രേ. ഞാൻ അതു കേട്ടു ചിരിക്കാറുണ്ട്. കഥയും കഥാപാത്രങ്ങളും സാങ്കൽപികമാണല്ലോ. അതു കൊണ്ടു നിങ്ങളാരും ഇത് വായിച്ചു കരയില്ല എന്നുറപ്പ്.

സന്തോഷത്തോടെ എന്റെ കടലാസുവഞ്ചിയിലേക്ക് സ്വാഗതം ചെയ്യുന്നു.

ഹർഷിത പോളക്കുളത്ത്

ഓർമ്മകളുടെ രാഗമാലികകൾ

ഓർമ്മകളാണ് മനുഷ്യരെ മുന്നോട്ടു നയിക്കുന്നത് എന്നു വേണം കരുതാൻ. കാരണം ഓർമ്മകൾ പഴയകാര്യത്തെക്കുറിച്ചുള്ളതാണ് എങ്കിലും ഇന്നിന്റെ ആഗ്രഹങ്ങളാണ്, അത് നഷ്ടബോധമായോ സമാശ്വാസമായോ, നൊമ്പരമായോ പ്രതീക്ഷയായോ ഒക്കെ മനുഷ്യന് മുന്നോട്ടു കുതിക്കാനുള്ള പ്രേരണയാകുന്നു. ഇങ്ങനെയല്ലാത്ത സന്ദർഭങ്ങൾ ഉണ്ടാകാമെങ്കിലും ഇവിടെ ഹർഷിതയുടെ രചനകൾ പ്രത്യാശയുടേതാണ്. ഓർമ്മകളിൽ നിന്നു കുതികൊള്ളുന്ന ജീവിതാവേഗം ഈ രചനകളുടെ ഓജസ്സാണ്. അവയെ പാരായണക്ഷമമാക്കുന്നതും ഈ പോസിറ്റീവ് ചിന്തകളാണ്. അവിടെ നഷ്ടങ്ങളോ കെടുതികളോ ആയി കരുതപ്പെടുന്നവ അതിനപ്പുറത്തേക്ക് സാധ്യതകൾ നൽകുന്ന ഉന്മേഷങ്ങളാണ്. ഊറിയുള്ള ചിരികളുമുണ്ട്.

ഇവിടെ കഥകൾ എന്നാണ് പറഞ്ഞിട്ടുള്ളതെങ്കിലും ഇവയെല്ലാം വൈയക്തികമായ അനുഭവകുറിപ്പുകളാണ്. കാലം കുറെ കടന്നതിനു ശേഷം പുറകിലേക്കുള്ള നോട്ടം. സമകാലിക രചനാമണ്ഡലത്തിൽ പുതിയൊരു ഗണമായി വരുന്നവയാണ് ഇവ. മുൻകാലങ്ങളിൽ ഓർമ്മക്കുറിപ്പുകൾ ഉണ്ടെങ്കിലും അതൊരു സാഹിതീയഗണമായി പരിഗണിക്കപ്പെട്ടിരുന്നില്ല. എന്റെ കഥ എന്ന പേരിൽ മാധവിക്കുട്ടി എഴുതിയ തുറന്നെഴുത്തുകൾ ആത്മകഥയായി ആളുകൾ വായിക്കാൻ ശ്രമിച്ചുവെങ്കിലും എഴുത്തുകാരി അത് ഫിക്ഷനാണ് എന്ന് പിൽക്കാലത്ത് പറയുകയുണ്ടായി. എന്നാലും അവ ആത്മകഥയുടെ പുതിയൊരു തലം കൈക്കൊള്ളുന്നതാണെന്നും കരുതാം. ബാലചന്ദ്രൻ ചുള്ളിക്കാടിന്റെ

ചിദംബരസ്മരണയും ഇത്തരം സാധ്യതകളാണുള്ളത്. എന്നാൽ ഇന്ന് രചിക്കപ്പെടുന്ന അനുഭവക്കുറിപ്പുകൾക്ക് മറ്റൊരു തലമാണുള്ളത്. നവസാങ്കേതികതയുടെ കാലത്ത് സാമൂഹ്യമാധ്യമങ്ങൾ സൃഷ്ടിക്കുന്ന ഒരു പുതിയ ലോകബോധത്തിന്റെ ഉപോത്പന്നമായി ഇവയെ കാണാൻ സാധിക്കും. സാമൂഹികമാധ്യമങ്ങൾ പുതിയൊരു 'ഞാനി'നെ സൃഷ്ടിച്ചിട്ടുണ്ട്. പുറമേകാണുന്ന വ്യക്തിയായിരിക്കില്ല സാമൂഹ്യമാധ്യമങ്ങളിലെ ആ വ്യക്തി. അവിടെ മറ്റൊരു 'ഞാൻ' പ്രത്യക്ഷപ്പെടുകയാണ്. പ്രത്യക്ഷലോകത്ത് ദൃശ്യപ്പെടാത്തവരുടെ ആഘോഷലോകം കൂടിയാണിവ. അത്തരത്തിൽ എഴുത്തിനും വലിയ മാറ്റങ്ങളുണ്ട്. അത് ആത്മത്തിന്റെ പുതിയ പ്രകാശനമാധ്യമമായി മാറുന്നുണ്ട്. സാമൂഹ്യമാധ്യമങ്ങളിൽ നിന്നും മാറി നടക്കുന്നവർക്കും എഴുത്തിന്റെ, ആത്മപ്രകാശനത്തിന്റെ വേദി അത് നൽകുന്നുമുണ്ട്. ഏറ്റവും ക്രിയാത്മകമായി അതിനെ പ്രയോജനപ്പെടുത്തുന്ന എഴുത്തുകൾ ഇന്ന് ധാരാളമായി രചിക്കപ്പെടുന്നുമുണ്ട്. ജീവിതത്തിന്റെ ഓജസ്സ് പകർത്താനാവുന്നവ വായനക്കാരുടെ പ്രിയം പിടിച്ചുപറ്റുകയും ചെയ്യുന്നു. വൈയക്തികതലത്തിന് ലളിതവികാരങ്ങളാകാനുള്ള സാധ്യതകൾ ഏറെയാണ് എന്നതാണ് ഇത്തരം എഴുത്തുകൾ നേരിടുന്ന പരിമിതികളും വെല്ലുവിളികളും. എന്നാൽ ഈ രചനകൾ അവയെ സമർത്ഥമായി മറികടക്കുന്നുണ്ട്.

ജീവിതത്തിന്റെ വൈയക്തികമണ്ഡലങ്ങൾ വൈവിധ്യപൂർണ്ണമാണ്. എങ്കിലും സ്നേഹദർശനമാണ് എല്ലാ കാലത്തും വിജയംവരിക്കുക. സ്നേഹത്തിന്റെ കഥകളാണ് ഹർഷിതയുടെ രചനകൾ. സംഗീതത്തിലെ രാഗങ്ങൾ വ്യത്യസ്ത ഭാവങ്ങൾ ഉത്പാദിപ്പിക്കാൻ കഴിവുള്ളവയാണ്. അതുമായി താരതമ്യപ്പെടുത്തിയാൽ വലിയ രാഗവിസ്താരങ്ങളല്ല ഈ രചനകൾ പലപല ഭാവങ്ങൾ ഇടകലരുന്ന രാഗമാലികകളാണ്. അത് ഉണ്ടാക്കുന്ന അനുഭൂതിതലം ലളിതസുന്ദരവും. ഇനിയും മെച്ചപ്പെട്ട രചനകൾ ഉണ്ടാകട്ടെ എന്ന് ആശംസിക്കുന്നു. ഇതിലെ ചിത്രങ്ങൾ വരച്ച കുഞ്ഞുകലാകാരനും അഭിനന്ദനങ്ങൾ

ആദർശ് സി.

25-03-2021

തൃശ്ശൂർ

കഥകൾ

കടലാസുവഞ്ചി

പണ്ട് ഞാൻ അച്ഛനോട് പറയുമായിരുന്നു എന്നെ വലിയ മുറ്റമുള്ള വീട്ടിലേയ്ക്ക് കല്യാണം കഴിച്ച് അയച്ചാൽ മതിയെന്ന്. കല്യാണാലോചനകൾ ഒരോന്നായി വന്ന് കൊഴിഞ്ഞ് പോയിരുന്ന ദിവസങ്ങൾ. അച്ഛന്റെ മനസ്സിലൂടെ എന്തായിരിക്കും കടന്നു പോയിട്ടുണ്ടാവുക. സൽസ്വഭാവിയായ മരുമകൻ വേണോ അതോ നിറയെ മുറ്റമുള്ള വീട്ടിലേയ്ക്ക് മകളെ വിവാഹം കഴിപ്പിക്കണോ?

നമ്മൾ ആഗ്രഹിക്കുന്നത് ഒന്ന് നടക്കുന്നത് വേറൊന്ന്. മരുഭൂമിയിൽ ഇവൾ ജീവിക്കട്ടെ എന്നായിരുന്നു ദൈവനിശ്ചയം. മുറ്റമില്ലാത്ത കോൺക്രീറ്റ് വനത്തിൽ ഞാൻ കുടുംബജീവിതം തുടങ്ങി.

നാട്ടിലെ പച്ചപ്പും മഴയും ആണ്ടിലൊരിക്കൽ ആസ്വദിക്കാൻ വരുന്ന പ്രവാസി. എന്റെ മനസ്സിൽ എപ്പോഴും നാടിന്റെ മണം തിങ്ങി നിന്നു. എല്ലാ കൊല്ലവും നാട്ടിലെത്തിയാൽ ഞാൻ മരുഭൂമിയെ മനപൂർവ്വം മറക്കും. മുറ്റവും, മഴയും, മനുഷ്യരും, കടകളും, കുട്ടിക്കാലത്തെ ഓർമ്മകൾ ഉണർത്തുന്ന ചെറിയ നടപ്പാതകളും, ചിരികളും, പരിദേവനങ്ങളും എല്ലാത്തിലും ഞാൻ അലിഞ്ഞു ചേരും. മഴയത്തുണങ്ങാത്ത ഉടുപ്പുകളും മഴ ചെരിപ്പുകളും ശരിക്കും എന്റെ മനസ്സിനെ തണുപ്പിക്കുന്നത് ഞാനറിഞ്ഞു.

ഇക്കൊല്ലവും അമ്മ വിളിച്ചപ്പോൾ പറഞ്ഞു, 'അമ്മൂ, നാട്ടിൽ നല്ല മഴയാണ്, നിങ്ങൾ വരുമ്പോൾ എങ്ങനെയാകുമോ ആവോ?' ഞാൻ മനസ്സിൽ ഒരുപാട് സന്തോഷിച്ചു. ഇവിടെ എല്ലാവരോടും പറഞ്ഞു. 'നിങ്ങൾ ചൂടുകാറ്റിൽ വെന്തുരുകുമ്പോൾ ഞാൻ പോകുന്നു എന്റെ മഴ നാട്ടിലേയ്ക്ക്.'

അമ്മ പറഞ്ഞപോലെ നിർത്താതെ പെയ്യുന്ന മഴ. എന്റെ മനസ്സും മഴവെള്ളം കൊണ്ട് നിറഞ്ഞു. എല്ലാവരും പറയുന്നു. ഈ അടുത്ത കാലത്തൊന്നും ഇത്രയും മഴ കണ്ടിട്ടില്ലായെന്ന്. അമ്മ പണ്ട് അമ്മയുടെ വീട്ടിൽ വെള്ളപ്പൊക്കം വന്ന കഥ പറയുന്നു. അന്നൊക്കെ എല്ലാ വീട്ടിലും വഞ്ചിയുണ്ടായിരുന്നു. പശുക്കളെ പൊക്കത്തുള്ള പറമ്പിൽ കൊണ്ടുകെട്ടുമത്രേ. അങ്ങനെ പലതും.

മഴയുടെ കിലുക്കത്തോടൊപ്പം അമ്മയുടെ നൂറുകൊല്ലം പഴക്കമുള്ള വീട് എന്റെ മനസ്സിൽ തെളിഞ്ഞു. മഴ നിർത്താതെ പെയ്തുകൊണ്ടിരുന്നു. പണ്ടു കടലാസുവഞ്ചി ഉണ്ടാക്കാറുള്ളത് ഓർത്ത് പോയി.

ഫോൺ നിർത്താതെ ബെല്ലടിക്കുന്നു. ഞാൻ ഓടിപ്പോയി ഫോൺ എടുത്തു. എന്റെ അമ്മാവനാണ്. ആകെ പരിഭ്രമത്തിൽ. പുഴ നിറഞ്ഞൊഴുകുന്നു. മഴയുടെ ശക്തി ഒട്ടും കുറയുന്നില്ല. അവിടെയെല്ലാം വെള്ളപ്പൊക്കം വരുമെന്ന് എല്ലാവരും പറയുന്നു.

വെള്ളപ്പൊക്കത്തിന്റെ കഥയല്ലേ കേട്ടിട്ടുള്ളൂ. ഇത് ശരിക്കും വരുമോ? പക്ഷേ അമ്മാവന്റെ വാക്കുകളിൽ നിന്നും ഇത് ശരിക്കും സംഭവിക്കാൻ പോകുന്നു എന്ന് മനസ്സിലായി.

പിന്നെ ഉദ്വേഗജനകമായ മണിക്കൂറുകൾ വെള്ളം എല്ലായിടത്തും വിളിക്കാത്ത അതിഥിയെ പോലെ വിരുന്നു വരുന്നു. ജീവന്റെ വില മനസ്സിലാക്കി തന്ന നിമിഷങ്ങൾ. നമ്മൾ വിലപിടിപ്പുള്ളതെന്ന് കരുതിയതെല്ലാം കൈവിട്ടു പോകുന്നു.

സമയം നീങ്ങുന്തോറും വെള്ളം മുറ്റത്ത് നിന്ന് പടികളിലേയ്ക്ക് പിന്നെ വീടിനകത്തേയ്ക്ക്. കടലാസ് വഞ്ചി ഉണ്ടാക്കി കളിച്ച വീട്ടുമുറ്റത്ത് രക്ഷിക്കാൻ വഞ്ചി തുഴഞ്ഞ് അവർ വരുന്നു.

കയ്യിൽ എടുക്കാൻ ആകെ നമ്മുടെ ജീവൻ മാത്രം. അപ്പോഴും മഴ തിമിർത്തു പെയ്തുകൊണ്ടേയിരുന്നു. പുഴകൾ വഴിമാറി ഒഴുകുന്നു. വെള്ളമില്ലാത്ത കരകൾ തേടി മനുഷ്യർ ഓടുന്ന കാഴ്ചകൾമാത്രം. വളർത്തുമൃഗങ്ങളെ എല്ലാവരും അഴിച്ചു വിട്ടത്രേ. അവരും ജീവനു വേണ്ടി നീന്തുന്നു.

വൈദ്യുതി വന്നും പോയും ഇരുന്നു. പിന്നെ ഒട്ടും വരാതായി. ഫോൺ വിളികൾ നിലച്ചു. ദൂരെയുള്ളവരുമായുള്ള ബന്ധം അറ്റു. എല്ലാവരും സുരക്ഷിതരായിരിക്കണേ എന്ന പ്രാർത്ഥന മാത്രം എവിടെയും ഉയരുന്നു. ജാതിയില്ല, മതമില്ല. വലിപ്പചെറുപ്പങ്ങൾ ഇല്ല. പുതിയ ഒരു ലോകം.

മഴ പിന്നെയും പെയ്തുകൊണ്ടിരുന്നു. അമ്മ പേടിയോടെ പറഞ്ഞു. 'അമ്മൂ ഇതാണ് പ്രളയം, കാറ്റും മഴയും കണ്ടോ, എന്നത്തേയും പോലെയല്ല അവയുടെ താളം, നമ്മൾ രക്ഷപ്പെടുമോ?' മഴ പെയ്യാൻ കാത്തിരുന്ന ഞാൻ മഴയെ വല്ലാത്തൊരു ഭയത്തോടെ നോക്കാൻ തുടങ്ങി. വെള്ളപ്പൊക്കത്തിൽ ഒഴുകിയകലുന്ന വടവൃക്ഷങ്ങളുടെ കൂടെ ഞാനും ചേരുമോ? മനസ്സിനെ നിയന്ത്രിക്കാൻ പറ്റുന്നില്ല. ഇനി എത്ര ദിവസം?

ചിലയിടത്ത് മഴ കുറയുന്നുണ്ടത്രേ ആശ്വാസത്തിന്റെ നെടുവീർപ്പ് എല്ലാ മനസ്സിലും. അടുത്ത ദിവസം ഇവിടെയും മാനം തെളിഞ്ഞു. മഴവെള്ളം ഇറങ്ങിയ വാർത്തകൾ വരുവാൻ തുടങ്ങി.

വെള്ളത്തിൽ മുങ്ങിയ വീടുകളിലേയ്ക്ക് ഉദ്വേഗജനമായ മടങ്ങിപ്പോക്ക്. നമ്മൾക്ക് ഊഹിക്കാൻ പറ്റുന്ന അവസ്ഥയിലായിരിയ്ക്കുമോ വീട്. പക്ഷേ എങ്ങനെ ഊഹിക്കാൻ, നമ്മുടെ മനസ്സിലെ മഴച്ചിത്രം ഇതല്ലല്ലോ. എന്നാലും മടങ്ങിചെല്ലേണ്ടേ?.

ആദ്യമാദ്യം വെള്ളം ഒലിച്ചുപോയ പാടുകൾ ഉള്ള ഇടവഴികൾ. വഴിയരികിലെ ചെടികളിൽ എല്ലാം ചെളി പിടിച്ചിരിക്കുന്നു. നമ്മുടെ പച്ചക്കാടുകൾക്ക് മണ്ണിന്റെ നിറമായല്ലോ എന്ന് മനസ്സിൽ വിചാരിച്ചു. പിന്നെയാണ് ചെളിപ്പാടുകൾ വെള്ളപ്പൊക്കത്തിന്റെ അധിനിവേശ രേഖകൾ ആണെന്ന് തിരിച്ചറിഞ്ഞത്.

അങ്ങനെ ദൂരെ വീട് കാണുവാൻ തുടങ്ങി. പണ്ട് സ്കൂളിൽ പരീക്ഷ യുടെ ഉത്തരകടലാസ് ടീച്ചർ വിതരണം ചെയ്യുന്നതിനു മുമ്പുള്ള അതേ നെഞ്ചിടിപ്പ്. അമ്മുവിന്റെ വീട്ടിൽ നിന്നാൽ പുഴ കാണാം എന്ന് അഭിമാ നത്തോടെ കേട്ട് നിന്നിരുന്നത് ഒരു നിമിഷം ഓർത്ത് പോയി.

റോഡുകൾ ചെളിയിൽ മുങ്ങിക്കിടക്കുന്നു. ഇതുപോലെ ചെളി നിറഞ്ഞ വഴികൾ, ഒരു പക്ഷേ കൊയ്ത്ത് കഴിഞ്ഞ് അടുത്ത വിത്ത് വിത യ്ക്കലിനും മുമ്പ് ഉഴവാനിടുന്ന പാടങ്ങളെ ഓർമ്മിപ്പിച്ചു. തെന്നി വീഴാതെ പതുക്കെ കാലുകൾ ഒരു ചെറുതാളത്തിൽ ചവിട്ടി വീടിന്റെ മുറ്റമെത്തി.

ആദ്യം കണ്ണുകൾ പോയത് ചുമരുകളിലേയ്ക്കാണ്, ചെളിപ്പാടുകളുടെ ഉയരം നോക്കാൻ. ഒന്നാം നില പൊക്കത്തിൽ വെള്ളം കയറിയിട്ടുണ്ട്. വീടിനകത്തെ സ്ഥിതി ആലോചിച്ചപ്പോൾ നെഞ്ചു പിടച്ചു. ഒരു പാട് ബുദ്ധിമുട്ടി മുൻവശത്തെ വാതിൽ തുറന്നു. അകത്തെ കാഴ്ചകൾ ഹൃദയ ഭേദകമായിരുന്നു. എല്ലാം അലങ്കോലമായി കിടക്കുന്നു. അടുക്കളയിൽ കഴുകിയടുക്കി വച്ചിരുന്ന അരി വയ്ക്കുന്ന പാത്രം ആണ് ആദ്യം ശ്രദ്ധയിൽ പെട്ടത്. മറിഞ്ഞ് കിടക്കുന്ന ചാരു കസേരയുടെ മുകളിൽ ഭദ്രമായിരിക്കു ന്നു. ക്രിക്കറ്റ് ബാറ്റ് കർട്ടനു മുകളിൽ തൂങ്ങിയാടുന്നു. എന്നാൽ വെള്ള ത്തിന് ദൈവഭയമുണ്ടെന്നുറപ്പിക്കാൻ നിലവിളക്കിനു മാത്രം യാതൊരു സ്ഥാനചലനവുമില്ല. ഓരോരോ മുറികൾ തുറക്കുന്തോറും മനസ്സിന്റെ പിടിവിട്ടു പോകുന്ന പോലെ.

ആഗ്രഹിച്ചുണ്ടാക്കിയതെല്ലാം ഛിന്നഭിന്നമായി കിടക്കുന്നു. ഇതി നിടയിൽ പാമ്പ് ഇഴഞ്ഞ പാടുകൾ. എല്ലാവരും പറയുന്നുണ്ടായിരുന്നു 'സൂക്ഷിക്കണം, ഇഴജന്തുക്കൾ ഉണ്ടാകും'. പഴുതാരയെകാണുമ്പോൾ ഓടുന്ന ഞാൻ ഇനി പാമ്പുകളുമായി മൽപിടിത്തം നടത്തേണ്ടി വരുമോ. മനുഷ്യർ അവരുടെ വാസസ്ഥലങ്ങൾ കൈയ്യേറി. അവസരം കിട്ടിയ പ്പോൾ അവ നമ്മുടെ വാസസ്ഥലത്തെത്തി.

അങ്ങനെ പ്രകൃതി സംഹാരതാണ്ഡവം ആടിയ വീട്ടിൽ ഞാൻ പകച്ചു നിന്നു. ഇനിയെന്ത്? പുറത്തേക്കിറങ്ങി. എല്ലാം നഷ്ടപ്പെട്ട കുറേ മുഖങ്ങൾ പരസ്പരം സാന്ത്വനിപ്പിക്കുന്നു. തളരരുത്. പതുക്കെ നമുക്ക് വീണ്ടെടുക്കാം. ചിലർ ഒരുറ്റത്ത് നിന്ന് തുടങ്ങി കഴിഞ്ഞു. ഞാനും മനസ്സിനെ പാകപ്പെടുത്തി. വെള്ളമില്ല, വൈദ്യുതിയില്ല എങ്കിലും ഞാൻ പിൻമാറുന്നില്ല.

പാമ്പുകടിയിൽ നിന്നും തൽക്കാല രക്ഷ നേടാൻ കാലിൽ പ്ലാസ്റ്റിക്ക് കവർ വരിഞ്ഞുകെട്ടി. ആളുകൾ ബൂട്ട് ഇട്ടാണ് ഇപ്പോൾ വീടുകളിൽ നടക്കുന്നതെന്ന് ആരോ പറഞ്ഞു കേട്ടിരുന്നു. പറമ്പിൽ കിളയ്ക്കാൻ വരുന്ന ചേട്ടന്റെ കാലുറ കടം വാങ്ങാമായിരുന്നു എന്ന് ഓർത്തു.

അടുക്കളയിൽ നിന്നും തുടങ്ങി. എല്ലാ അലമാരയിലും ചെളിവെള്ളം. ഒന്നു തുറക്കാൻ ശ്രമിച്ചപ്പോൾ ചില്ലുപാത്രങ്ങൾ എല്ലാം വീണുടഞ്ഞു. പ്രിയപ്പെട്ടവ തന്നെ. എന്തു ചെയ്യാം? പ്രളയത്തിന്റെ ഓർമ്മയ്ക്കായി എന്തൊക്കെയോ ഞാൻ പെറുക്കിയെടുത്തു. എല്ലാം ചെളിയിൽ മുങ്ങി കിടക്കുന്നു.

പണ്ട് അമ്മ എന്നെ വൃത്തിപ്പിശാച് എന്നാണ് വിളിക്കാറ്. ഏതു നേരവും അടുക്കിപ്പെറുക്കലും വൃത്തിയാക്കലും എനിക്ക് ഹരമായിരുന്നു. ഇപ്പോൾ എന്റെ വൃത്തിയുടെ നിർവചനം എന്താണാവോ? സ്നേഹം, നിസ്വാർത്ഥ സേവനം ഈ വാക്കുകൾക്കും ഞാനിതുവരെ കണ്ടിട്ടില്ലാത്ത മനുഷ്യരിലൂടെ പുതിയ അർത്ഥം കണ്ടെത്തി.

വൃത്തിയാക്കലിന്റെ ആദ്യദിനങ്ങൾ ശ്രമകരമായിരുന്നു. പിന്നെ നമ്മൾ ഇല്ലായ്മകളുടെ യാഥാർത്ഥ്യത്തിലേയ്ക്ക് അലിഞ്ഞു ചേരും. ഉള്ളത് കൊണ്ട് ഓണം പോലെ. ഓരോ ദിവസവും ഞാൻ ആസ്വദിക്കാൻ തുടങ്ങി. കടമ്പകൾ ഓരോന്നായി അതിജീവിക്കുവാനുള്ള ധൈര്യം കൈവന്നു.

ചുമരിലെ ചെളി കളയുമ്പോൾ മനസ്സിലെ ചെളിപ്പാടുകളും മങ്ങുന്നു. വീടിനു മുന്നിലെ ഒഴിഞ്ഞ പറമ്പിൽ പിന്നെയും ചേമ്പിലകൾ തലയുയർത്തി.

വെള്ളപ്പൊക്കത്തെ അതിജീവിച്ചവരുടെ കാലഘട്ടത്തിൽ ജീവിച്ചവരുടെ പട്ടികയിൽ ഞാനും ഇടം പിടിച്ചു. കൂടെ വരും തലമുറയ്ക്ക് കൈമാറാൻ ഒരു പിടി നടുക്കമാർന്ന ഓർമ്മകളും.

ഉച്ചയൂണ് കഴിഞ്ഞ് വരാന്തയിൽ ഇരിക്കുമ്പോൾ അമ്മ പറഞ്ഞു. 'അമ്മൂ, ഇന്ന് വീണ്ടും മഴക്കാറ് വയ്ക്കുന്നുണ്ടല്ലോ, മഴ പെയ്യുമോ?.'

എന്റെ നെഞ്ചിടിപ്പ് പതിവില്ലാതെ ഉയരുന്നു. ഇനി മഴയെ കാത്തിരിക്കാൻ എന്റെ മനസ്സ് ഒരുക്കമല്ല എന്ന സത്യം ഞാൻ അറിയാതെ മനസ്സിലാക്കി.

വീണ്ടും തിരിച്ചുപോകാനുള്ള തയ്യാറെടുപ്പുകൾ. മടങ്ങാൻ വല്ലാത്ത ആഗ്രഹം. അമ്മ നാട്ടുപലഹാരങ്ങൾ പെട്ടിയിൽ നിറച്ചു. മഴയിൽ നിന്നും ഓടിരക്ഷപ്പെടാൻ ഞാൻ വല്ലാതെ തിടുക്കം കൂട്ടുന്നതായി തോന്നി.

വിമാനം പറന്നുയരുമ്പോൾ ഞാൻ ഒന്നു കൂടി നോക്കി. എന്നും പറയാറുള്ള പോലെ അടുത്ത മഴക്കാലത്ത് ഞാൻ തിരിച്ചുവരുമെന്നു ഉറക്കെ പറയാൻ ശ്രമിച്ചു. വാക്കുകൾ മുറിഞ്ഞു പോകുന്നു. കാലം എന്നെ തിരിച്ചു വിളിക്കുമായിരിക്കും. ഞാൻ പണ്ടു കാത്തിരുന്ന കുളിർമഴ കാണാൻ!

എന്റെ പൂച്ചകൾ

എന്നെങ്കിലും ഞാൻ പൂച്ചകളെ ഇഷ്ടപ്പെട്ടിരുന്നോ?
എനിക്ക് കൃത്യമായ ഉത്തരം കിട്ടുന്നില്ല.

വളരെ പണ്ടും തറവാട്ടിൽ പൂച്ചകൾ ഉണ്ടായിരുന്നു. ഒരിക്കൽ അച്ഛൻ ഞങ്ങളെയെല്ലാവരേയും പുറത്തുകൊണ്ടുപോകാനൊരുങ്ങുമ്പോൾ കാറിനകത്ത് പൂച്ച തന്റെ കുഞ്ഞുങ്ങളുമായി സുഖമായി കിടന്നുറങ്ങുന്നത് കണ്ട ഒരു നേർത്ത ഓർമ്മ. അച്ഛനും പൂച്ചകളെ പേടിയായിരുന്നു എന്ന് തോന്നുന്നു. അന്ന് പുറത്തു പോയില്ല.

പിന്നെ ഞങ്ങൾ വലുതായപ്പോൾ പൂച്ചകൾ തറവാട്ടിൽ സ്ഥിര സാന്നിധ്യമായിരുന്നു. ഏത് പൂച്ച വന്നാലും പേര് റാണി. കൃത്യമായി പറഞ്ഞാൽ റാണി പി. എസ്. പൂച്ചയ്ക്ക് പാസ്പോർട്ട് ഉണ്ടായിരുന്നെങ്കിൽ ഒരു കോളത്തിൽ പി. എസ്. അഥവാ പോളക്കുളത്ത് ശിവപ്രസാദ് എന്ന് ചേർക്കണമെന്നർത്ഥം. എന്റെ ഇളയച്ഛന്റെ പേര് ശിവപ്രസാദ്. അങ്ങനെ ശ്വേത പി. എസ്. എന്ന എന്റെ അനിയത്തിയും റാണി പി. എസ്. എന്ന പൂച്ചയും തറവാട്ടിൽ സസുഖം വാണു. എന്റെ ഓർമ്മയിൽ ഉള്ള പൂച്ചപ്പേടി അവിടെ ആരംഭിക്കുന്നു.

തറവാടിന്റെ പടിവാതിൽ എത്തുമ്പോൾ എന്റെ സ്ഥിരം വാചകം 'ശ്വേത, നിന്റെ റാണി പി. എസ് നോട് തളത്തിൽ നിന്നും പോകാൻ പറയൂ. എന്നാൽ റാണി പി. എസ്. തന്റെ സാമ്രാജ്യത്തിൽ യാതൊരു കൂസലുമില്ലാതെ വിരാജിക്കുന്നുണ്ടാകും. ഞാൻ പേടിച്ച് എന്റെ കാലുകൾ നിലത്തു ചവിട്ടാതെ കട്ടിലിന്റെ ഒരു മൂലയിൽ ഒതുങ്ങിക്കൂടും. അപ്പോൾ ജനലിലൂടെ കട്ടിലിലേയ്ക്കൊരു ചാട്ടം വെറുതെ എന്നെ വിരട്ടാൻ. ഉണ്ണാനിരിക്കുമ്പോഴും ഇതു തന്നെ അവസ്ഥ. ഊൺമേശയുടെ ചുവട്ടിൽ ആണല്ലോ ചുറ്റിക്കളി. ഞാൻ അലറും. 'ശ്വേത, നീ ഇതിനെ കൊണ്ടു പോയി പൂട്ടിയിടൂ'. ഞാനാണ് പേരക്കുട്ടികളിൽ മൂത്തത്. അപ്പോൾ അനിയത്തിമാർ എന്നെ അനുസരിക്കണമെന്നാണല്ലോ അലിഖിത നിയമം. മനസ്സില്ലാമനസ്സോടെ റാണി പി. എസ്. തെക്കേ മുറിയിലേയ്ക്ക് പിൻവാങ്ങുന്ന കാഴ്ച കാണാം.

എന്റെ പൂച്ചപ്പേടി കാരണം വീട്ടിൽ ഒരിക്കലും പൂച്ചകളെ വളർത്തിയില്ല. എങ്കിലും പൂച്ചകൾ എന്റെ കൺമുമ്പിൽ ഇങ്ങനെ വന്നും പോയുമിരുന്നു.

മസ്കറ്റിൽ താമസിച്ചപ്പോഴാണ് പിന്നെയും പൂച്ചകൾ എന്റെ സ്ഥിരംനോട്ടപ്പുള്ളികൾ ആയത്. ഫ്ളാറ്റിന്റെ ജനാലയിലൂടെ എന്നും കാണും തടിച്ചുരുണ്ട മാർജ്ജാരശിരോമണികൾ. നാട്ടിലെ പട്ടികളുടെ വലിപ്പം ഉണ്ട് അവയ്ക്കെന്ന് തോന്നി. സ്ഥിരം കേൾക്കാറുള്ള വാചകം 'ഗൾഫിലെ പച്ചവെള്ളം കുടിച്ചാൽ പോലും തടി വയ്ക്കും'. അതിവിടെ പ്രയോഗിക്കാം.

DE

മോന്റെ അന്ന് ഒന്നര വയസ്സേ ഉള്ളൂ. അവന്റെ പൂച്ചയെ കാണുന്നത് വലിയ സന്തോഷമായിരുന്നു. അങ്ങനെ അവനു വേണ്ടി എന്നും പൂച്ച കൾക്കായി കാത്തിരിപ്പ് തുടങ്ങി. പിന്നെ വീണ്ടും ഒരു പറിച്ചു നടൽ ദുബായിലേയ്ക്ക്. ഇവിടെ ഞാൻ പൂച്ചകളെ മറന്നു തുടങ്ങി.

മോൻ വലിയ മൃഗസ്നേഹിയാണ്. 'വളർത്തുമൃഗങ്ങളെ അനുവദി ക്കില്ല'. എന്ന് ഫ്ളാറ്റിന്റെ നോട്ടീസ് ബോർഡിൽ എഴുതി വച്ചിരിക്കു ന്നത് കാണിച്ചു ഭീഷണിപ്പെടുത്തി അവന്റെ പൂച്ച, പട്ടി, കുഞ്ഞെലി വളർത്തുമോഹങ്ങളെ ഞാൻ തല്ലിക്കെടുത്തി. പക്ഷേ എവിടെയോ അവന്റെ മനസ്സ് നൊമ്പരപ്പെടുന്നത് ഞാനറിയുന്നുണ്ടായിരുന്നു. അതാ യിരിക്കാം ഏത് കടകളിൽ പോയാലും ഞാൻ മൃഗങ്ങളെ തിരഞ്ഞു തുടങ്ങി. ഞാനും അവനും അവയ്ക്കെല്ലാം ജീവനുണ്ടെന്ന് മനപ്പൂർവ്വം വിശ്വസിച്ചു പോന്നു.

അതിനിടയിൽ എപ്പോളോ ഞാൻ വീണ്ടും പൂച്ചകളെ ശ്രദ്ധിക്കാൻ തുടങ്ങി. ഇത്തവണ അവയെ ഞാൻ കണ്ടത് വഴിയോരത്തല്ല മറിച്ച് കടകളിലെ അലമാരകളിൽ. പല ഭാവങ്ങളിൽ നിറങ്ങളിൽ വലിപ്പചെ റുപ്പമില്ലാതെ എന്റെ വരവിനായി കാത്തിരിക്കുന്ന പോലെ.

പിന്നെ ഒരു അത്ഭുത ലോകമായിരുന്നു എനിക്ക് ചുറ്റും. എന്റെ യാത്രകളിൽ എല്ലാം എന്റെ കണ്ണുകൾ പൂച്ചകളെ തേടിയലഞ്ഞു. എന്നെ സന്തോഷിപ്പിക്കാനായി ഒരു കോണിൽ അവൾ ഇരിപ്പുണ്ടാ കും. ചിലപ്പോൾ തനിയെ. ചിലപ്പോൾ കൂട്ടുകാരോടൊപ്പം. ചിലപ്പോൾ അച്ഛനും അമ്മയും കൂടെ. ഞാൻ ആവേശത്തോടെ അവരെ വീട്ടിലേയ്ക്കു കൊണ്ടു വരും. ഇവിടെ വരുമ്പോൾ അവയ്ക്കെല്ലാം ജീവൻ വയ്ക്കുന്ന പോലെ. എന്നോട് നൂറു നൂറു കഥകൾ പറയുന്നു. സന്തോഷത്തിന്റെ, കണ്ണീരിന്റെ, ഇണക്കങ്ങളുടെ പിണക്കങ്ങളുടെ കഥകൾ. എന്റെ വീട് പൂച്ചകളാൽ നിറഞ്ഞു. കൂടെ എന്റെ മനസ്സും.

ഒരിക്കൽ മോൻ ഒരു കടയിൽ പൂച്ചകളെ വിൽക്കാൻ വച്ചിരിക്കുന്നത് കണ്ട് അങ്ങോട്ട് ഓടി. എന്നെ വിളിച്ചു 'നോക്കൂ അമ്മേ, ഇവയെല്ലാം ജീവനുള്ളവയാണ്, ഇവനെ നോക്കൂ, ഒട്ടും വയ്യ, നമുക്കിവനെ വീട്ടിലേയ്ക്ക് കൊണ്ട് പോകാം.' ഞാൻ

ശ്രദ്ധിച്ചു കൂട്ടത്തിൽ ഏറ്റവും വിരൂപിയായ പൂച്ച ഒട്ടും ആരോഗ്യമി ല്ല. അറിയാതെ ചോദിച്ചു പോയി.'എന്താ, നീ ഈ പൂച്ചയിൽ കണ്ട പ്രത്യേകത?' അവന്റെ മറുപടി 'അവൻ മാത്രം എന്റെ കണ്ണിലേയ്ക്ക് നോക്കിയിരിക്കുന്നു. അമ്മേ, അവന് എന്നെ വേണം.'

ഞാൻ ആ നിമിഷം മനസ്സിലാക്കി. എന്റെ പൂച്ച പട്ടാളത്തിലെ അവസാനത്തെ കണ്ണിയെ കണ്ടെത്തിയിരിക്കുന്നു. ഇവനു വേണ്ടിയാകും ഞാൻ എന്റെ പൂച്ച സാമ്രാജ്യം പടുത്തുയർത്തിയത്.

രാജാവിനെ കാത്തിരിക്കുന്ന പ്രജകളുടെ അടുത്തേയ്ക്ക് അവനെ കയ്യിലെടുത്ത് ഞാൻ നടന്നു. എന്റെ പൂച്ചപ്പേടിയക്കൊരന്ത്യം.

എന്റെ പൂച്ചകൾ...

പിടികിട്ടാപ്പുള്ളികൾ

മഞ്ഞു വീഴുന്ന മരം കോച്ചുന്ന തണുപ്പുള്ള ഡിസംബർ. ഒരു കൊല്ലം കൂടി നമ്മുടെ ജീവിതത്തിൽ നിന്നും അടർത്തി മാറ്റപ്പെടുന്നതിന്റെ നൊമ്പരം ഉണർത്തുന്ന മാസം. വിടവാങ്ങലുകളുടെ നിഴൽ ചിത്രങ്ങൾ മനസ്സിൽ മിന്നി മായുന്നു.

പക്ഷേ ഇന്ന് എനിക്ക് ആകെ ഒരു സന്തോഷം. കുറേ വർഷങ്ങൾക്ക് ശേഷം ബാൽക്കണിയിൽ ചെടികൾ സ്ഥിരതാമസക്കാരായി

എത്തി. നാട്ടിലേയ്ക്ക് പോയ ഒരു സുഹൃത്ത് ഓർമ്മയ്ക്കായി തന്നതാണ്. ഇനി അവരെ എന്നു കാണുമെന്നറിയില്ല എങ്കിലും ചെടികൾ എന്റെ മനസ്സിനെ ചിരിപ്പിക്കുന്നു എന്നത് യാഥാർത്ഥ്യം. കൊഴിഞ്ഞു പോകുന്ന ഇലകൾ വീണ്ടും പുതു നാമ്പുകൾ. ഇതാണ് ജീവിതമെന്നോർമ്മപ്പെടുത്തുന്നു. വിടവാങ്ങൽ പുതിയവയ്ക്കു താമസസ്ഥലം ഒരുക്കാനാണെന്ന സുന്ദരമായ ചിത്രം എന്റെ മനസ്സിൽ തെളിഞ്ഞു.

തൂവെള്ള മേഘങ്ങൾ മാത്രം. അതിനുള്ളിൽ ആരേയോ തിരയുന്ന കണ്ണുകൾ. പൊട്ടിച്ചിരികൾ കേൾക്കാം. ഒന്നുറപ്പിച്ചു ഞാൻ എന്റെ കൂട്ടുകാരുടെ കൂടെയാണ്. അപ്പോഴാണല്ലോ ജീവിതത്തിൽ അഭിനയം മറക്കുന്ന നിമിഷങ്ങൾ. വിടവാങ്ങൽ എന്ന അധ്യായം അവിടെ അപ്രസക്തമായത് കൊണ്ട് ആ ചിത്രം ഞാൻ മുഴമിപ്പിക്കാതെ ഇട്ടു.

മനസ്സ് വീണ്ടും പായുന്നു. അതിരാവിലെ കുളിച്ച് അമ്പലത്തിൽ പോകാറുള്ള നാളുകൾ. ഞാൻ കുളിച്ചിറങ്ങാൻ എന്നും വൈകും. അച്ഛൻ അക്ഷമനായി സ്കൂട്ടറിൽ ഇരിക്കുന്നുണ്ടാകും. എന്റെ നീണ്ട മുടിയിൽ നിന്നും വെള്ളം ഇറ്റു വീഴുന്നത് അച്ഛന് ഇഷ്ടമല്ല. അച്ഛന്റെ നോട്ടത്തെ ഞാൻ മനപൂർവ്വം അവഗണിയ്ക്കും. പിന്നെ എല്ലാ അമ്പലങ്ങളിലേയ്ക്കുമുള്ള യാത്ര. എന്റെ ഭക്തിയുടെ ആഴം എനിക്കറിയില്ലെങ്കിലും ആ യാത്രകൾ ഞാനിഷ്ടപ്പെട്ടിരുന്നു. ഇപ്പോൾ കൊടുങ്ങല്ലൂർ അമ്പലത്തിൽ നിന്നു തൊഴുമ്പോൾ അച്ഛനെ അറിയാതെ തിരയും. അയ്യപ്പസ്വാമിയുടെ അമ്പലത്തിൽ നിന്നും ശരണം വിളികൾ ഉയരുമ്പോൾ അച്ഛൻ അടുത്തുണ്ടെന്ന് തോന്നിപ്പോകും. വിടവാങ്ങലുകൾ ജീവിതത്തിലെ കറുത്ത അദ്ധ്യായങ്ങൾ അല്ല എന്നു ഞാൻ മനസ്സിനെ പഠിപ്പിച്ചുകൊണ്ടേയിരുന്നു.

എന്നെ ഞാൻ ജയിലിലെ ഒരു അന്തേവാസിയാക്കി. അച്ഛനെ പിടികിട്ടാപ്പുള്ളിയായും. എന്നെങ്കിലും അച്ഛൻ പിടികൊടുക്കുമെന്ന പ്രതീക്ഷയിൽ.

സ്വാതന്ത്ര്യം എന്ന വാക്കിനു ഏറ്റവും പ്രസക്തിയുള്ള സ്ഥലം ജയിൽ തന്നെ.

കഴിഞ്ഞ ദിവസം മോൻ ഒരു കവിത എഴുതി. കൂട്ടിലടയ്ക്കപ്പെട്ട ചിമ്പാസിയുടെ മനസ്സ്. അവന് പുറത്ത് കറങ്ങി നടക്കുന്ന മനുഷ്യരെപോലെ യാകണമെന്നാണ് കവിതയുടെ ഇതിവൃത്തം. വായിച്ചു കഴിഞ്ഞപ്പോൾ മനസ്സ് എവിടെയോ ഒന്നു പിടഞ്ഞു.

വീണ്ടും എന്റെ ചിന്തകൾ ജയിലിനെ ചുറ്റിപ്പറ്റിയായി. ജീവിതം എന്ന എന്റെ ജയിലിൽ സഹതടവുകാർ വന്നും പോയുമിരിക്കുന്നു. എന്നാലും ജീവപര്യന്തം കൂടെ ജീവിക്കാൻ നിശ്ചയിക്കപ്പെട്ടവർ വേറെയും. കുറ്റം ചെയ്യാതെ ശിക്ഷ അനുഭവിക്കേണ്ടി വരുന്നവരുടെ വേദനയുണ്ട് എനിക്കെന്ന് എപ്പോഴും ഓർക്കും. മന:പൂർവ്വം ജയിലിൽ എത്തപ്പെട്ട അവസ്ഥ.

അങ്ങനെ എന്നോ മഞ്ഞുരുകാൻ തുടങ്ങി. എന്റെ മനസ്സിൽ പൂക്കൾ വിരുന്നു വന്നു. വേലിയിലെ വള്ളിപടർപ്പുകളിലൂടെ ഞാൻ പുറംലോകത്തെത്തി. അഭിനയത്തിന്റെ മുഖം മൂടി വലിച്ചെറിഞ്ഞു. സ്വാതന്ത്ര്യത്തിന്റെ ചിറകിലേറി ഞാൻ വീണ്ടും പറക്കാൻ തുടങ്ങി.

ജയിലറകൾ ഞാൻ അഭിനേതാക്കൾക്കായി മാറ്റി വച്ചു. കപടസ്നേഹവും അത്യാഗ്രഹവും കൈമുതലാക്കിയ വിരുതന്മാർ അവിടെ കിടക്കട്ടെ. എന്റെ ചുറ്റും സുഗന്ധം പരന്നു. വെളുത്ത തുടുത്ത മേഘങ്ങളിൽ വീണ്ടും പൊട്ടിച്ചിരികൾ ഉയർന്നു.

സ്കൂളിൽ പഠിച്ചിരുന്നപ്പോൾ പരീക്ഷ തീരുന്ന ദിവസം അനുഭവിച്ചിരുന്ന ആനന്ദം, കോളേജിൽ സമരം വിളി വരാന്തകളിൽ മുഴങ്ങി കേൾക്കുമ്പോൾ, പിന്നെ ഹോസ്റ്റലിൽ കറണ്ടു കട്ടിന്റെ സമയത്തുള്ള അട്ടഹാസങ്ങൾ, ഒരു പിറന്നാളിന് അച്ഛനും അമ്മയും ഞാൻ അറിയാതെ ഒരു പുതിയ ഉടുപ്പ് തയ്പിച്ച് വച്ച് എന്നെ ഞെട്ടിച്ചത്, അടി കൂടുമ്പോൾ അവൻ അഥവാ അമ്മേടെ മോന്റെ മേൽ എന്നെങ്കിലും ആധിപത്യം സ്ഥാപിക്കാൻ പറ്റുമെന്ന പ്രതീക്ഷകൾ, കല്യാണത്തിനു മുമ്പ് മനു സമ്മാനമായി തന്ന ജലച്ഛായക്കൂട്ടുകൾ, സുന്ദരനിമിഷങ്ങൾ എനിക്ക് എഴുതി തീർക്കാൻ പറ്റുമോ?

ഈ യാത്രകളിൽ എന്നോടൊപ്പം സഞ്ചരിച്ചവരെ മാത്രം (സ്വൽപം അത്യാഗ്രഹം ആവാം എന്നു തോന്നി)പിടികിട്ടാപുള്ളികളായി പ്രഖ്യാപിച്ചുകൊണ്ട് ഞാൻ എന്റെ യാത്ര തുടരാൻ തീരുമാനിച്ചു.

വരുംവഴികളിൽ എന്നെ കാത്തിരിക്കുന്ന

പിടികിട്ടാപ്പുള്ളികൾക്കായി സമർപ്പിക്കുന്നു.

നാടകക്കളരി

എവിടേയോ കേട്ടു മറന്ന ഒരു വാചകം. അടുത്ത ബെല്ലോടു കൂടി ഭാവന ആർട്ട്സ് ക്ലബിന്റെ പുതിയ നാടകം 'വില്ലാളിവീരൻ' ആരംഭിക്കുകയായി.

രംഗം 1

പെട്ടെന്ന് ആശുപത്രിവരാന്തയുടെ ചിത്രം മനസ്സിലേക്കോടി വന്നു. വില്ലാളിവീരൻമാരുടെ ഭൂമിയിലേക്കുള്ള വരവിന്റെ ആഘോഷാരവങ്ങൾക്ക് ഹരിശ്രീ കുറിക്കുന്ന സ്ഥലം.

ആകാംക്ഷയുടെ നിമിഷങ്ങൾക്ക് അറുതി വരുത്തി വെള്ളമാലാഖ പതുക്കെ വാതിൽ തുറന്ന് ഒരു തുണിക്കെട്ടിൽ പൊതിഞ്ഞ സമ്മാനം കൈമാറുന്നു. നാട്ടിലാണെങ്കിൽ പെണ്ണോ ആണോ എന്ന ചോദ്യത്തോടെയാകും കൈമാറ്റ പ്രക്രിയ. ആണെന്ന് കേട്ടാൽ വരവേൽപ്പ് രാജകീയമായിരിക്കുമെന്നുറപ്പ്. അതിനു പിന്നിലെ മനശാസ്ത്രം ഉത്തരം കിട്ടാത്ത സമസ്യയായി തുടർന്നുകൊണ്ടേയിരിക്കുന്നു.

ബന്ധുക്കൾ ലോകത്തെ അറിയിക്കാനുള്ള തത്രപ്പാടിൽ. ഇതൊന്നും അറിയാതെ അവൻ പാലിനായി കരച്ചിൽ തുടങ്ങി കഴിഞ്ഞു. ആവശ്യങ്ങൾ നേടിയെടുക്കാനുള്ള സമരപന്തലിലെ ആദ്യദിനം.

അച്ഛന്റെ തനിപകർപ്പെന്ന് അച്ഛൻ കൂട്ടർ. എന്നാൽ അമ്മയുടെ പോലെ തന്നെയെന്ന പച്ച പരമാർത്ഥം ഉറക്കെ പ്രഖ്യാപിക്കാനാവാതെ നിസ്സഹായയായി അമ്മൂമ്മ അവനെ മാറോടണച്ചു താരാട്ടു പാടി.

അങ്ങനെ നാടകത്തിലെ രംഗം ഒരു താരാട്ടുപാട്ടോടു കൂടി അവസാനിച്ചു. അഭിനയത്തിന്റെ നവരസങ്ങളിലൂടെ യാത്ര തുടങ്ങുകയായി.

രംഗം 2

ആരേയും മയക്കുന്ന ചിരി. അതാണ് ഒന്നാമത്തെ അവാർഡ്. സത്യം പറഞ്ഞാൽ ഈ ലോകത്ത് ഏറ്റവും മനോഹരം ചിരി തന്നെ.

ആദ്യ പത്തു വർഷങ്ങൾ രണ്ടാം രംഗത്തിലൂടെ പറഞ്ഞൊതുക്കുവാൻ സംവിധായകന്റെ വിഫലമായ ശ്രമം.

വില്ലാളിവീരന്റെ കുട്ടിക്കാലം സംഭവബഹുലമല്ലേ. അവൻ ലോകത്തെ വേറിട്ട കണ്ണിലൂടെ കാണുമ്പോൾ വർഷങ്ങളായി തുടർന്നുപോരുന്ന ആചാരങ്ങളുടെ ചട്ടക്കൂട്ടുമായി ബന്ധുജനങ്ങൾ എല്ലാ കോണിലും നിരന്നു നിൽക്കുന്നു. അങ്ങനെ അവനും അഭിനേതാവായി മാറുന്ന കാഴ്ച കാണാം.

ചില പാഠങ്ങൾ.

ആൺകുട്ടി എപ്പോഴും ധൈര്യശാലിയായിരിക്കണം.

ഈശ്വരാ അവന്റെ പല്ലിപ്പേടി ആരോട് പറയും?കരയാൻ പാടില്ലാത്രേ. എന്നാൽ പിന്നെ എന്തിനാണാവോ കണ്ണുനീർ ഗ്രന്ഥി. ഓട്ടത്തിലും

ചാട്ടത്തിലും അവൻ മുമ്പന്തിയിൽ. ജീവിതം ഓട്ടപന്തയമാണല്ലോ. അതിനുള്ള തയ്യാറെടുപ്പായിരിക്കും എന്ന് ആശ്വസിക്കാം. പ്രസംഗകലയിൽ കേമൻ. സംസാരം കൊണ്ട് ലോകം കയ്യടക്കാനുള്ളതാണല്ലോ.

അങ്ങനെ മിടുമിടുക്കനെ വാർത്തെടുക്കാനുള്ള വഴികളിലൂടെ അച്ഛനും അമ്മയും പായുമ്പോൾ അവന്റെ മുഖത്ത് നിഗൂഢമായ ചിരി മിന്നി മാഞ്ഞു.

രംഗം 3

കുട്ടിക്കളി അവിടെ നിൽക്കട്ടെ. ഇനി പഠനത്തിന്റെ ലോകം മാത്രം.

പുസ്തകത്താളുകളിൽ മുഖം പൂഴ്ത്താൻ അവൻ നിർബന്ധിതനായി. ലോകത്തിൽ എല്ലാവരും ഡോക്ടറും എഞ്ചിനീയറും ആണല്ലോ. അപ്പോൾ അവന്റെ ഇഷ്ടങ്ങൾക്ക് എവിടെ സ്ഥാനം. കളിച്ചും പഠിച്ചും വളരണം എന്ന് പറയാറുള്ളത് മറന്ന് പോയി. കണ്ണ് വെട്ടിച്ച് ഒന്ന് ക്രിക്കറ്റ് കളിക്കാമെന്ന് വിചാരിച്ചാലോ അന്നത്തെ ദിനം ധന്യമാക്കി തരാൻ ചില കേമൻമാർ അമ്മയുടെ ബന്ധുക്കളായുണ്ടല്ലോ. ആദ്യത്തെ പന്തെറിയുന്നതിന് മുമ്പ് വിവരം കൃത്യമായി വീട്ടിലെത്തും. പിന്നത്തെ

മൂന്ന് മാസം വിധിക്കപ്പെട്ട് കഴിഞ്ഞു. അങ്ങനെ പത്താം ക്ലാസ്സെന്ന ആദ്യ കടമ്പ കടന്നു.

പിന്നെ കോളേജ്ജ ദിനങ്ങൾ. അതായിരുന്നു അവന്റെ ജീവിതത്തിലെ സുവർണ്ണകാലഘട്ടം. അഭിനയത്തിന്റെ മേലങ്കി അഴിച്ചുവച്ച് വില്ലാളിവീരനായി വിരാജിക്കുന്ന കാഴ്ച. ഡാൻസും, പാട്ടും, ഉത്സവവും, സിനിമയും, കൂട്ടുകാരും അവൻ ജീവിതം ആസ്വദിക്കാൻ തുടങ്ങി. പഠനം അവനൊരു ഭാരമായി തോന്നിയില്ല. അല്ലെങ്കിലും നല്ലൊരു കോളേജിൽ എത്തിപ്പെട്ടാൽ പിന്നെ മാർക്കിന്റെ ചോദ്യമെറിഞ്ഞു അച്ഛനമ്മമാരെ അധികം ആരും ശല്യപെടുത്താറില്ലല്ലോ. അവരും നാട്ടുകാരുടെ ഉത്സാഹക്കുറവിനൊപ്പം കൂടി അവനെ വെറുതെ വിട്ടു എന്നും പറയാം. ഇടവേളകളിൽ അവന്റെ ലീലാവിലാസങ്ങൾ അതിർത്തി രേഖ ലംഘിക്കുന്നു എന്ന കുപ്രചരണവുമായി ചില ബന്ധുക്കൾ പ്രത്യക്ഷപ്പെട്ടതൊഴിച്ചാൽ ആ രംഗം അവസാനിച്ചു.

രംഗം 4

കൊടുങ്കാറ്റിനു മുമ്പുള്ള ശാന്തത പോലെ അടുത്ത രംഗത്തിലേയ്ക്ക് അവൻ മനസ്സില്ലാമനസ്സോടെ കടന്നു വന്നു. മുഖത്ത് ഗാംഭീര്യം വരുത്താനുള്ള ശ്രമം കാണുന്നുണ്ട്. സമൂഹത്തിലെ വില നിലവാര പട്ടികയിൽ മകന്റെ സ്ഥാനം ഏറ്റവും മുന്നിൽ തന്നെ വേണമെന്ന വാശിയിൽ ആണ് അച്ഛനും അമ്മയും. അനുസരണയുള്ള ആട്ടിൻകുട്ടിയായി അവൻ അഭിനയം വീണ്ടും ആരംഭിച്ചു.

മനസ്സിനു സന്തോഷം തരുന്ന ജോലിയേക്കാളും അഞ്ചക്ക ശമ്പളം എണ്ണിവാങ്ങുന്ന അടിമപ്പണി ചെയ്യാൻ അവൻ നിർബന്ധിതനായി. കല്യാണ മാർക്കറ്റിൽ മകൻ തുറുപ്പു ഗുലാനായതിൽ അച്ഛനും പെരുത്ത് അഭിമാനം. അവന്റെ മനസ്സിലെ പ്രണയ സങ്കൽപ്പങ്ങൾ കഥാകൃത്ത് പറയുവാൻ ശ്രമിക്കുന്നില്ലല്ലോ എന്ന് തെല്ല് പരിഭവം തോന്നി. പ്രണയത്തിന്റെ സൗന്ദര്യം വർണ്ണിക്കാനുള്ള അവകാശം കവികളിലേയ്ക്ക് മാത്രമായി ചുരുങ്ങിപോയോ ആവോ. കാത്തിരുന്നു കാണാം.

കല്യാണത്തോടെ സർവ്വസ്വാതന്ത്ര്യവും നഷ്ടപ്പെടുമെന്ന ചില അനുഭവസ്ഥരുടെ വെളിപ്പെടുത്തലിന്റെ അകമ്പടിയോടെ ഭർത്താവുദ്യോഗം മനസ്സില്ലാമനസ്സോടെ അവൻ സ്വീകരിച്ചു.

രംഗം 5

കാത്തു കാത്തിരുന്ന പ്രേമഗാനത്തോടെ അടുത്ത രംഗത്തിലേയ്ക്ക് പോകാം. തീർത്തും അപരിചിതരായ രണ്ടുപേർക്കിടയിൽ സൗഹൃദത്തിന്റെ സുഗന്ധം പരന്നു. അധികാരദണ്ഡ് ധരിച്ച ഭാര്യയെ അടിച്ചമർത്തുന്ന

ഭർത്താക്കൻമാരിൽ നിന്നും അവൻ വേറിട്ടു നിന്നു. ചിലർക്കൊക്കെ അതത്ര രസിച്ചില്ലെന്ന് തോന്നുന്നു. അപസ്വരങ്ങളുമായി അവർ ആഞ്ഞടിക്കാൻ നോക്കിയെങ്കിലും അവൻ കുലുങ്ങിയില്ല. പരസ്പരബഹുമാനത്തിന്റെ പിൻബലത്തോടെയുള്ള വളരെ ശക്തമായ തിരക്കഥയിൽ നായകൻ ആത്മവിശ്വാസത്തോടെ ലോകത്തോട് സംവദിക്കാൻ തുടങ്ങി.

കളരിയിലെ അഭിനേതാക്കൾ അവരുടെ അഭിനയപാടവം തെളിയിക്കാനുള്ള ശ്രമങ്ങൾ തുടർന്നുകൊണ്ടേയിരുന്നു. സ്വന്തം കാര്യം

സിന്ദാബാദ് എന്ന മുദ്രാവാക്യവുമായി ചിലർ, നായകന്റെ പണം മാത്രം ലക്ഷ്യം വച്ച് സ്നേഹം ഭാവിക്കുന്ന മറ്റൊരു കൂട്ടർ, എത്ര ചെയ്താലും അതൊന്നും പോര എന്ന മട്ടിൽ കുത്തി നോവിക്കുന്നവർ, വില്ലാളിവീരനെ നായകപദവിയിൽ എത്തിച്ച കണക്കുപുസ്തകവുമേന്തി നടക്കുന്നവർ, പിന്നെ കുറേ നനുത്ത സൗഹൃദങ്ങൾ, മനസ്സു തുറന്ന ചിരികൾ. അവർക്കിടയിൽ നായകപരിവേഷമൊന്നുമില്ലാതെ അവൻ നടന്നു.

ഇനി സംവിധായകൻ നമ്മളെ എങ്ങോട്ടാണാവോ കൂട്ടിക്കൊണ്ട് പോവുക എന്ന് ആലോചിച്ചപ്പോൾ അതാ അടുത്ത രംഗത്തിന്റെ തിരശ്ശീല ഉയർന്നു.

രംഗം 6

ഇത്തവണ വീണ്ടും ആശുപത്രി വരാന്ത തന്നെ. എന്താണാവോ മനസ്സൊന്നു പിടഞ്ഞു. അപ്പോഴതാ തീർത്തും അക്ഷമനായി നിൽക്കുന്ന നായകൻ. കൂട്ടുകാരിയെ കാണുന്നില്ലല്ലോ.

വാതിൽ തുറന്നു വെളുത്ത മാലാഖ സമ്മാനപ്പൊതി നായകനു കൈമാറുന്നു. ഇത്തവണ എന്റെ മനസ്സിലോ ലോകർക്കോ ചോദ്യങ്ങളില്ല. വില്ലാളിവീരന്റെ കൈകളിൽ ആ സമ്മാനം ഭദ്രം എന്നുറപ്പ്.

നിറഞ്ഞ കയ്യടികൾക്കിടയിൽ തിരശ്ശീല താണു.

പെട്ടി ജീവിതം

സ്കൂളിൽ പഠിച്ചിരുന്നപ്പോൾ ക്ലാസിലെ ചില കൂട്ടുകാർ ബോർഡിങ്ങിലായിരുന്നു. അന്നൊക്കെ സ്കൂൾ ബോർഡിങ്ങ് എന്ന ലോകത്തെ കുറിച്ച് അറിയാൻ ശ്രമിച്ചിട്ടില്ല. സ്കൂളിൽ എത്താൻ ഏറ്റവും എളുപ്പമുള്ള കൂട്ടർ, സ്കൂൾ ബാഗിന്റെ ഭാരം ചുമക്കണ്ട, ഓടിപ്പോയി ചോറുണ്ടു വരാം ഇതിൽ കൂടുതൽ ഒന്നും മനസ്സിൽ പതിഞ്ഞിട്ടില്ല എന്ന് ചുരുക്കം. എന്നാൽ സ്കൂൾ ജീവിതം ബോർഡിങ്ങിൽ ചിലവഴിച്ച കൂട്ടുകാരനെ കണ്ടുമുട്ടിയപ്പോൾ ഒറ്റപ്പെടലിന്റെ നെടുവീർപ്പുകൾ തിങ്ങി നിറഞ്ഞ മുറികളും താക്കോൽ തിരിച്ച് കറങ്ങുന്ന പാവകളെ ഓർമ്മിപ്പിക്കുന്ന ജീവിതചര്യകളും ആരുടെയൊക്കെയോ വരവിനായി ജനാലയിലൂടെ നീളുന്ന കണ്ണുകളും സ്വാതന്ത്ര്യത്തിന്റെ ചിറകിലേറി പറക്കാൻ ശ്രമിക്കുന്ന കുഞ്ഞുമനസ്സുകളും നിറഞ്ഞ ചിത്രം എന്റെ മനസ്സിനെ വല്ലാതെ ഉലച്ചു.

മോൻ ഇപ്പോൾ ആറാം ക്ലാസിലായി. അവനെ ബോർഡിങ്ങിൽ ചേർക്കാൻ എന്റെ മനസ്സ് അനുവദിക്കുമോ എന്ന് അറിയാതെ ചോദിച്ചുപോയി.

പത്താം ക്ലാസ് കഴിഞ്ഞപ്പോൾ തികച്ചും അപ്രതീക്ഷിതമായി ഞാൻ ഹോസ്റ്റൽ ജീവിതത്തിലേക്ക് പറിച്ചു നടപ്പെട്ടു.

അച്ഛന്റേയും അമ്മയുടേയും ഒരുക്കങ്ങൾ എനിക്കോർമ്മയുണ്ട്. ചെറിയ പഞ്ഞിക്കിടക്കയും തലയിണയും, ബ്രൗൺ പുതപ്പ് (കഴിഞ്ഞ വർഷം അലമാര ഒതുക്കിയപ്പോൾ തുണികൾക്കിടയിൽ ഭദ്രമായിരിക്കുന്നത് കണ്ടു), നിറച്ചും പൂക്കളുള്ള കിടക്കവിരി, ഒരു വലിയ ഓറഞ്ച് ബക്കറ്റ്, പിന്നെ ഇളയമ്മ അമേരിക്കയിൽ നിന്നു വന്നു പോയപ്പോൾ

വീട്ടിൽ വച്ച പോയ ചാരനിറത്തിലുള്ള പെട്ടി. അച്ഛൻ ബക്കറ്റിൽ കമ്പി പഴുപ്പിച്ച എന്റെ പേര് വൃത്തിയായി എഴുതി. വരും വർഷങ്ങളിൽ എന്റെ ഓറഞ്ച് ബക്കറ്റ് എങ്ങനെയൊക്കെ ആരൊക്കെ കൊണ്ടു പോയാലും കറങ്ങി തിരിഞ്ഞു എന്റെ അടുത്ത് തിരിച്ച് വരാൻ ആ പേരെഴുത്ത് ഉപകാരപ്പെടുമെന്ന് അന്ന് ഞാൻ വിചാരിച്ചതേയില്ല.

എന്റെ പെട്ടി ജീവിതം തുടങ്ങുകയായി.

പ്ലസ് ടുവിന് പഠിക്കുമ്പോൾ ഒരു വർക്കിങ്ങ് വിമൻസ് ഹോസ്റ്റലിലെ അന്തേവാസിയായിരുന്നു. വളരെ കുറച്ച് മാത്രം വിദ്യാർത്ഥികൾ, ബാക്കിയുള്ളവരെല്ലാം ജോലി ചെയ്യുന്നവർ താമസിക്കുന്നയിടം. വിദ്യാർത്ഥികൾ എന്ന ലേബലുള്ളത് കാരണം ഇരുപത്തിനാല് മണിക്കൂറും പുസ്തകത്തിനു മുന്നിൽ കാണപ്പെടണമെന്നാണല്ലോ. വൈകുന്നേരങ്ങളിൽ ജോലി കഴിഞ്ഞ് വന്ന് അവർ സൊറ പറഞ്ഞിരിക്കുന്നത്

കാണുമ്പോൾ കുശുമ്പും അസൂയയും കൊണ്ട് മനസ്സ് തിങ്ങി വിങ്ങും. പിന്നെ അമ്മയുടെ ഉപദേശവും. 'അവരൊക്കെ പ്രായമുള്ള ആളുകൾ. ആരുമായി കൂട്ടുകൂടാൻ നിൽക്കരുത്. പഠിത്തത്തിൽ ശ്രദ്ധിക്കണം.'

ഒരു നല്ല ശീലം എന്നും അതിരാവിലെ എഴുന്നേറ്റ് തൊട്ടടുത്ത അമ്പലത്തിൽ പോകും. ഉച്ചഭാഷിണിയിലൂടെ മുഴങ്ങുന്ന സുപ്രഭാതകീർത്തനങ്ങളും പ്രസാദമായി കിട്ടുന്ന ചെറിയ മുല്ലപ്പൂമാലയും ചന്ദനത്തിന്റെ നനുത്ത തണുപ്പും സുഗന്ധവും എന്റെ മനസ്സിന് എന്നും ഉണർവേകിയിരുന്നു.

പിന്നീട് കല്യാണം വൈകുന്ന കാരണം ആ അമ്പലത്തിൽ വഴിപാട് കഴിക്കാൻ ജ്യോത്സൻ പറഞ്ഞിട്ട് കുറേ വർഷങ്ങൾക്കു ശേഷം ഒരിക്കൽ പോയി. പഴയ അമ്പലമേയല്ല. എന്തൊക്കെയോ പണിതു കൂട്ടിയിരിക്കുന്നു. ആകെ കൃത്രിമത്വം. മനസ്സൊന്നു പിടഞ്ഞു. പണവും സാഹചര്യങ്ങളും മാറുമ്പോൾ നൈർമല്യം നഷ്ടപ്പെടുമെന്ന് ആരും മനസ്സിലാക്കുന്നില്ല.

ആഴ്ചാവസാനങ്ങളിൽ ബെസ്റ്റ് ബേക്കറിയിൽ നിന്ന് വാങ്ങിയ പഞ്ഞി ബ്രഡുമായുള്ള അച്ഛന്റെ വരവായിരുന്നു രണ്ടു വർഷക്കാലത്തെ സുഖമുള്ള ഓർമ്മ. അല്ലെങ്കിലും എനിക്ക് ഭക്ഷണത്തിനോടാണല്ലോ കമ്പം കൂടുതൽ.

ഇനി എഞ്ചിനീയറിങ്ങ് കോളേജിലെ ലേഡീസ് ഹോസ്റ്റൽ അഥവാ എൽ. എച്ച് ലേക്ക്. പുതിയ ലോകം, പുതിയ മുഖങ്ങൾ. ഞാൻ ചാരപ്പെട്ടിയുമായി രംഗപ്രവേശം ചെയ്തു. വൃത്തിയായി വിരിച്ച ന്യൂസ്പേപ്പറിനു മുകളിൽ പെട്ടി വച്ച് കട്ടിലിനടിയിലേയ്ക്ക് തള്ളി വയ്ക്കുക. ഹോസ്റ്റലിലെ പെട്ടികളുടെ സുരക്ഷിത സ്ഥാനം. സ്ഥാവരജംഗമവസ്തുക്കളെല്ലാം പെട്ടിയിൽ ഭദ്രം.

ഫസ്റ്റ് ഇയറിൽ കിട്ടിയ മുറി ഹോസ്റ്റലിന്റെ മർമ്മ സ്ഥാനത്ത്. എന്താണെന്നോ ജനൽ തുറക്കുന്നത് കോളേജിലെ ജെന്റിൽമെൻസ് കോർണറിലേയ്ക്ക്. *[1]

അവൻമാർക്ക് ആ മതിലിൽ കയറിയിരുന്നു എന്തും വിളിച്ചു പറയാനുള്ള സ്വാതന്ത്ര്യം കോളേജിന്റെ ഉദ്ഘാടനവേളയിൽ പതിച്ചു കൊടുക്കപ്പെട്ടതാണത്രേ. ശാലീന സൗന്ദര്യത്തിന്റെ കുറവു കൊണ്ടും സാമാന്യമായ തടിയുള്ളത് കൊണ്ടും ഞാൻ എന്തായാലും അവൻമാരുടെ കണ്ണുകളിൽപെട്ടിട്ടില്ല. തടി രക്ഷകനായെത്തുന്ന ചുരുക്കം ചില സന്ദർഭങ്ങൾ.

1 * ജെന്റിൽമെൻസ് കോർണർ - ലേഡീസ് ഹോസ്റ്റലിൽ നിന്നും അണിഞ്ഞൊരുങ്ങി വരുന്ന സുന്ദരിമണികളെ വരവേൽക്കാൻ പൂവാലൻമാരായ സീനിയേഴ്സ് കയ്യടക്കിയ മൂല.

ഹോസ്റ്റലിലെ നമ്മുടെ ബ്ലോക്ക് വൈറ്റ് ഹൗസ് എന്നാണ് അറിയപ്പെട്ടിരുന്നത്. ആരും അമേരിക്കയിലേക്കൊന്നും മനസ്സ് പായിക്കേണ്ട കേട്ടോ. ഈ ബ്ലോക്ക് ആയടുത്ത് പണിതത് കൊണ്ട് വെളുത്ത പെയിന്റടിച്ചിരുന്നു. അങ്ങനെ 'വൈറ്റ് ഹൗസ്' ആയി. ഉള്ളിലെ ചമ്മൽ മറച്ച് പിടിച്ച് ഫാഷൻ ഷോയുടെ റാമ്പ് എന്ന് സങ്കൽപിച്ച് അവൻമാരുടെ വൈറ്റ് ഹൗസിനു മുമ്പിലൂടെയുള്ള ഉലാത്തൽ, അതിലൊരുത്തനെ ഇപ്പോഴും ഓർക്കുന്നു. അവനെങ്ങനെ ആ ജീൻസിനുള്ളിൽ കയറിക്കൂടാൻ പറ്റി എന്നത് അന്നത്തെ ചോദ്യങ്ങളിൽ ഒന്നായിരുന്നു. എന്നാലും കൃത്യസമയത്ത് എൽ. എച്ചിന്റെ മുന്നിലൂടെ അവൻ കടന്നു പോകും. ഇറുകി പിടിച്ച ജീൻസിട്ട അവനെ ആരാധിക്കുന്നവൾ ഞങ്ങളുടെ ഇടയിൽ ഉണ്ടായിരുന്നത് പരസ്യമായ രഹസ്യം. മെക്കാനിക്കലിലെ മാനസമോഹനൻ കടന്നു പോകുമ്പോൾ 'മാനസമൈനേ വരൂ' എന്നുറക്കെ പാടിയിരുന്നത് ഓർത്ത് പോയി.

കല്ലെറിഞ്ഞുടഞ്ഞ ജനാലചില്ലുകൾ പേപ്പർ വച്ച് മറയ്ക്കാനുള്ള വിഫലശ്രമം ഞാൻ നടത്തിയിരുന്നു. രാത്രികാലങ്ങളിൽ നിഴലുകളെ (നിഴലുകളാണോ അതോ നൈറ്റ് വിസിറ്റേഴ്സ് എന്നറിയപ്പെട്ടിരുന്ന ഹോസ്റ്റൽ മതിൽ ചാടി വരുന്ന വിരുതൻമാരാണോ എന്ന സംശയം ബാക്കി) ഞാൻ ഭയപ്പെട്ടിരുന്നു എന്നത് സത്യം. എത്ര രാത്രികൾ പേടിച്ച് ഉറങ്ങാതിരുന്നിട്ടുണ്ട്. മരപ്പാളികളുള്ള ജനാലകളെ ഞാൻ ശ്രദ്ധിച്ചു തുടങ്ങിയത് അന്ന് തൊട്ടാണ്. കർട്ടൺ ഒക്കെ അന്ന് ആഡംബര

വസ്ത്ര ആയിരുന്നെങ്കിലും ഫൈനൽ ഇയറിൽ ഞാനും രമ്യയും നിറച്ചും പൂക്കൾ ഉള്ള തുണി വാങ്ങി, കർട്ടനും മേശവിരിയും തയ്പ്പിച്ച് നമ്മുടെ മുറിയെ സുന്ദരിയാക്കിയിരുന്നു.

അതിരാവിലെ ഒരു ചൂട് കട്ടൻകാപ്പിയിൽ തുടങ്ങുന്നു. ഞാൻ പരീക്ഷാക്കാലത്ത് രാവിലെ എണീക്കുന്ന കൂട്ടത്തിലായിരുന്നു. രാത്രി പഠിത്തക്കാർ ആർക്കൊക്കെ കാപ്പി എടുക്കണമെന്ന ലിസ്റ്റ് പാതിരാത്രി എന്റെ മേശപ്പുറത്ത് വച്ചിട്ടുണ്ടാകും.

സ്കൂളിൽ ബെല്ലടിക്കുമ്പോൾ ഓടി എത്താറുണ്ടായിരുന്ന എന്റെ ഹോസ്റ്റൽ സുഹൃത്തുക്കളെ വീണ്ടും ഓർത്തു. കോളേജിൽ ബെല്ലടിക്കുമ്പോഴായിരിക്കും ഇവിടെ ഷോൾ തപ്പിയുള്ള ഓട്ടം. സ്വന്തമായി കറുപ്പും വെള്ളയും ഷോൾ ഉള്ളവർ ആ മണിക്കൂറിലെ മാലാഖമാർ.

കോളേജിൽ എട്ടരയ്ക്ക് ഹാജർ വച്ചിരുന്നത് വല്ല സബ്മിഷൻ ഉള്ള ചുരുക്കം ദിവസങ്ങളിൽ മാത്രം. മടി പിടിച്ച് വാചകമടിച്ച് നടന്ന ഞാനും അനീസയും മേൽ പറഞ്ഞ ജോലി ഒന്നും ചെയ്തിട്ടുണ്ടാവില്ല. എല്ലാം കൃത്യമായി എഴുതിയ അഭിയുടെ കൈയിൽ നിന്നും യാതൊരു മടിയും കൂടാതെ വൃത്തിയായി കോപ്പിയടിച്ച് ഞങ്ങളും പഠിപ്പിസ്റ്റ ലിസ്റ്റിൽ കയറി പറ്റും. അങ്ങനെ ക്ലാസിലെ അഭി 'എട്ടര അഭി' എന്ന അപരനാമത്തിൽ ഹോസ്റ്റലിൽ അറിയപ്പെട്ടു. നിസ്വാർത്ഥരായ അഭിയും അഞ്ജലിയും എന്നും ഞങ്ങളുടെ രക്ഷകരായി. എന്നാൽ അടുത്ത ക്ലാസിലെ മടിച്ചിക്കോതകൾ അവരുടെ അടുത്തിരിക്കുന്ന ബുദ്ധിജീവികളെ ദൈന്യതയോടെ നോക്കി. എന്തു കാര്യം. ഒരു കഷണം കടലാസു പോലും കാണിച്ചുകൊടുക്കാൻ അവർ തയ്യാറായില്ല.

ആദ്യ ഹോസ്റ്റൽ അനുഭവത്തിലെ മ്ലാനതകളെ കാറ്റിൽ പറത്തുന്നതായിരുന്നു ആ നാലു വർഷങ്ങൾ. ഓരോ ദിവസവും സംഭവബഹുലം.

'അപ്പാപ്പൻസ് ഫാമിലി' അതായിരുന്നു ഞങ്ങളുടെ സംഘം. അപ്പാപ്പന്റെ പേര് 'രൂപ', പേര് അന്വർത്ഥമാക്കുന്ന സ്വഭാവസവിശേഷതകൾ ഉള്ളവൾ -സൽസ്വഭാവി, ദൈവഭയമുള്ളവൾ. രൂപയിൽ എല്ലാവരും ഒരു അപ്പാപ്പനെ കണ്ടു. പ്രത്യേകിച്ചും ബാക്കിയുള്ളവരുടെ കയ്യിലിരുപ്പും കുത്തിത്തിരുപ്പും കണക്കിലെടുക്കുമ്പോൾ അപ്പാപ്പൻ തന്നെ നമ്മുടെ നേതാവ്.

പലരും കോളേജ് ജീവിതം സുവർണലിപികളിൽ എഴുതുമ്പോൾ ഞങ്ങളിൽ ഓരോരുത്തർക്കും കോളേജ് എന്നാൽ ഓടിപ്പോയി ക്ലാസിൽ ഇരിക്കുക, ബെല്ലടിക്കുമ്പോൾ എത്രയും പെട്ടെന്ന് സ്ഥലം കാലിയാക്കി ഹോസ്റ്റലിൽ എത്തുക എന്ന അഭ്യാസം മാത്രമാണ്. ഞങ്ങളുടെ ലോകം ഹോസ്റ്റൽ മാത്രമായിരുന്നു.

മെസ് ഹാൾ അഥവാ ഊണുമുറി, ലോകവാർത്തകളേക്കാൾ പ്രാധാന്യത്തോടെ കോളേജിലെ സംഭവങ്ങൾ അഥവാ പരദൂഷണങ്ങൾ ഇടവേളകളില്ലാതെ സംപ്രേഷണം ചെയ്യുന്ന സ്ഥലം. ഇപ്പോൾ നമ്മൾ കാണുന്ന ചാനൽ ന്യൂസ് ചർച്ചകൾ ആ പരമ്പരകൾക്ക് മുന്നിൽ ഒന്നുമല്ല. കോളേജിലെ സുന്ദരൻമാരും, കാമുകൻമാരും, വില്ലൻമാരും എന്നു വേണ്ട അവിടെ കീറി മുറിക്കാത്തവരായി ആരും ഉണ്ടാവില്ല.

കാമുകൻമാരെ കുറിച്ച് പറഞ്ഞപ്പോൾ നമ്മുടെ ഹോസ്റ്റൽ മേട്രൻ ദേവൂട്ടിയെ ഓർത്തു. നിധി കാക്കുന്ന ഭൂതം ആണല്ലോ ഹോസ്റ്റൽ മേട്രൻ. എന്നിട്ടും ഹിറ്റ്ലർ ദേവൂട്ടിയുടെ കണ്ണു വെട്ടിച്ച് ചില മിടുക്കികൾ കറങ്ങാൻ

പോയിരുന്നു. നാലുമണി ചായക്ക് മധുരമുള്ള ഉപ്പേരി മെനുവിൽ ഉൾപ്പെടുത്താൻ നിർദ്ദേശം കൊടുക്കുന്ന കുട്ടി മേട്രൻ. അവർ ഒരിക്കലും ചിരിച്ച് കണ്ടിട്ടില്ല. മേട്രന്റെ റൂമിൽ അമ്മയുടെ ഫോൺ വിളിക്കായി കാത്തു നിൽക്കാറുള്ളത് ഓർത്തു. കൃത്യമായി ബുധനാഴ്ചയും ഞായറാഴ്ചയും അമ്മ വിളിക്കും. ബുധനാഴ്ച്ച 'ചിക്കൻ ചപ്പാത്തി ചിത്രഹാർ, ചിചച്ചി', ഞായറാഴ്ച്ച 'രംഗോലി ബ്രഡ് ജാം ഓംലറ്റ്'. ഈ ദിവസങ്ങളിൽ മെസ്സ് ഹാളിലേയ്ക്ക് ഓടാൻ ഒരു ഉത്സാഹം. നോമ്പു തുറക്ക് അനീസയും ഫിബിയും കൊണ്ടു വരുന്ന ഭക്ഷണം ആക്രമിച്ച് കീഴടക്കുമ്പോഴുള്ള സംതൃപ്തിയും മനസിൽ മായാതെ കിടക്കുന്നു.

എന്റെ തടി അന്നും ഇന്നും എന്നും എന്നെ അലോസരപ്പെടുത്തി. അവരൊക്കെ ഉടുപ്പുകൾ പരസ്പരം കൈമാറി പരീക്ഷിക്കുമ്പോൾ എന്റെ പാകത്തിനുള്ളത് തേടി അലഞ്ഞത് മിച്ചം. എന്റെ ഉടുപ്പുകൾക്കു ആവശ്യക്കാരില്ലായിരുന്നു. അവ ചാരപ്പെട്ടിയിൽ ഒതുങ്ങി കൂടി.

നാലു കൊല്ലം കഴിഞ്ഞു ഹോസ്റ്റലിന്റെ പടിയിറങ്ങിയ ദിവസം മനസ്സിൽ ഇപ്പോഴും വിങ്ങുന്ന ഓർമ്മയാണ്. ഇനി വേറൊരു പെട്ടിജീവിതം വേണ്ട എന്ന് മനസ്സിൽ അടിവരയിട്ട് പറഞ്ഞു. വീണ്ടുമൊരു വേർപിരിയൽ രംഗത്തിന് അന്ന് മനസ്സ് ഒട്ടും ഒരുക്കമല്ലായിരുന്നിരിക്കാം.

എന്നാൽ ചാരപ്പെട്ടിക്കും പഞ്ഞികിടയ്ക്കക്കും ഓറഞ്ചുബക്കറ്റിനും പുതിയ വാസസ്ഥലങ്ങളിൽ പോകേണ്ടി വന്നു. പഠിത്തവും ജോലിയുമായി മനസ്സില്ലാമനസ്സോടെ ഞാനും എന്നും പറയാം.

കല്യാണം നീണ്ടു നീണ്ടു പോകുന്തോറും എന്റെ പെട്ടിജീവിതവും നീണ്ടു പോകുമെന്ന ദു:ഖസത്യം മനസ്സിലാക്കി ഞാൻ കല്യാണം നടക്കാൻ മുട്ടിപ്പായി പ്രാർത്ഥന തുടങ്ങി. ഒരു നാൾ ദൈവം എന്റെ പ്രാർത്ഥന കേട്ടു. അച്ഛൻ പറഞ്ഞു ഇനി വീട്ടിൽ വന്നു നിൽക്കു. അങ്ങനെ ചാരപ്പെട്ടിയെ ഒരു മൂലയിലാക്കി. ഓറഞ്ച് ബക്കറ്റ് നിർമ്മലചേച്ചിക്ക് അലക്കാനുപയോഗിക്കാൻ കൊടുത്തു. വലിയ ബക്കറ്റിൽ നിറച്ചും വെള്ളം കൊള്ളും എന്ന് നിർമ്മലചേച്ചീടെ ആത്മഗതം. അപ്പോഴും അച്ഛൻ എഴുതിയ പേര് വ്യക്തമായി ബക്കറ്റിലുണ്ട്.

അങ്ങനെ കല്യാണം കഴിഞ്ഞു വീണ്ടുമൊരു പറിച്ചു നടൽ മസ്ക്കറ്റിലേയ്ക്ക്. ചാരപ്പെട്ടിയ്ക്ക് പകരം പുതിയ പെട്ടികൾ. എന്തൊക്കെയോ കുത്തിനിറച്ചു. പഞ്ഞിക്കിടയ്ക്കക്കും ഓറഞ്ച് ബക്കറ്റിനും മോചനം. ഗൾഫുകാരുടെ പെട്ടികൾ ലോകപ്രസിദ്ധമാണല്ലോ. അതിനൊരപവാദമാവാതെ ഓരോ വരവിലും പെട്ടികളുടെ എണ്ണം പെരുകി വന്നു.

ഇത്തവണ ഒരൊറ്റ ദിവസത്തിനു അമ്മയെ കാണാൻ വീട്ടിൽ പോയി. കയ്യിൽ അപ്പോഴും ഒരു വലിയ പെട്ടി. അമ്മയുടെ സ്ഥിരം ചോദ്യം. 'ഇതിന്റെ ഉള്ളിൽ വല്ല നിധിയുമുണ്ടോ?എന്തിനാ ഇത്ര വലിയ പെട്ടി?'തെല്ലൊരു നീരസത്തോടെ ആ പെട്ടിയെ തള്ളിമാറ്റി, കാലും നീട്ടിയിരുന്നു.

എന്റെ പെട്ടിജീവിതം

പെണ്ണുകാണൽ

നാട്ടിലെ കല്യാണമാർക്കറ്റ്. കയ്യിൽ ഒരു കെട്ട് ജാതകകുറിപ്പുകളും മത്സരാർത്ഥികളുടെ വീരസാഹസിക കഥകളുടെ സംക്ഷിപ്ത വിവരണവുമായി അവർ ഇറങ്ങി, മക്കളുടെ ഭാവി സ്വപ്നം കണ്ടുകൊണ്ടിരിക്കുന്ന മാതാപിതാക്കളെ ചാക്കിട്ട് പിടിക്കാൻ. പണ്ടു കാലത്ത് ഉണ്ടായിരുന്നു എന്ന് പറയപ്പെട്ടിരുന്ന കുട്ടിപിടുത്തക്കാരെ ഓർമ്മിപ്പിച്ചു.

ആദ്യത്തെ പെണ്ണുകാണൽ. കല്യാണത്തിനു മോടി പിടിപ്പിക്കലിനെ വെട്ടിക്കുന്ന ഒരുക്കങ്ങൾ. അടിച്ചു വാരുന്നു, മാറാല തൂക്കുന്നു, പുതിയ കിടക്കവിരികൾ വിരിക്കുന്നു എന്നു വേണ്ട, ഇന്ത്യൻ പ്രധാനമന്ത്രി കേരള സന്ദർശനം നടത്തുന്ന പ്രതീതി. കമാന്റോകൾ പരിശോധിക്കുന്ന പോലെ ഓരോ മുക്കിലും മൂലയിലും അച്ഛന്റെ കണ്ണുകൾ പായുന്നു. അടുക്കളയിലെ ഒരുക്കങ്ങൾ പറയുകയേ വേണ്ട. പലഹാരങ്ങളുടെ നീണ്ട നിര. ഒന്നിനും ഒരു കുറവു വരരുതല്ലോ. മേശപ്പുറം നിറഞ്ഞു കവിഞ്ഞൊഴുകുന്നു. പ്രതാപം കാണിക്കാൻ ഏതോ സിനിമയിൽ മുറ്റത്ത് ആനപ്പിണ്ടം കൊണ്ടു വന്നിട്ടത് മനസ്സിൽ തെളിഞ്ഞു. ഒരു വേള അച്ഛൻ ആ സാഹസത്തിനു മുതിരുമോ എന്ന് സംശയിച്ചു.

ഇനി പെൺകുട്ടിയുടെ മനസ്സ് വായിച്ചെടുക്കാൻ ശ്രമം. ഇങ്ങനെയൊരു മഹാസംഭവം നടക്കാൻ പോകുന്നതിന്റെ യാതൊരു ചലനവും അവളിൽ കണ്ടില്ല. മുൻപരിചയം ഒട്ടുമില്ലാത്ത ഒരു കുടുംബം തന്നെ അളന്നു തിട്ടപ്പെടുത്താൻ വരുന്നു. അതിനു പിന്നിലെ മന:ശാസ്ത്രം അവൾക്ക് ഒട്ടും പിടികിട്ടിയില്ല.

പ്രേമം എന്ന വാക്ക് ഏഴയലത്ത് കേട്ടാൽ തറവാടിന്റെ അഭിമാനത്തിന് മങ്ങലേൽക്കുമെന്നും ഇനി അങ്ങനെ ഒരു സാഹസത്തിനു മുതിർന്നാൽ പിന്നിലെ കുളത്തിൽ എറിയുമെന്നുള്ള ഭീഷണിയിലും ആ തറവാട്ടിലെ ഇവളുൾപ്പെടെയുള്ള പാവം പെൺകുട്ടികൾ ആരേയും പ്രേമിക്കാൻ ശ്രമിച്ചില്ല എന്നാലോചിക്കുമ്പോൾ ചിരി വരുന്നു. ആൺകുട്ടികൾക്കാവാം എന്നായിരുന്നോ ആവോ.

പെണ്ണുകാണൽ ചടങ്ങു തുടങ്ങി. ചെക്കൻ അങ്ങു അമേരിക്കയിൽ നിന്നും വന്നിരിക്കുന്നു. നാട്ടിലെ ചെക്കൻമാർക്ക് മാർക്കറ്റ് വില ഒട്ടുമില്ലാതിരുന്ന കാലം. പരിഷ്ക്കാരിയായ അമ്മായിയമ്മ. അവർ മകനെ പറ്റി വാതോരാതെ സംസാരിക്കുന്നു. അവരുടെ കാതിൽ കിടക്കുന്ന റിങ്ങ് കമ്മൽ പെൺകുട്ടി ശ്രദ്ധിച്ചു. സർക്കസിൽ സിംഹം ചാടിക്കടക്കുന്ന

റിങ്ങ് പോലെ ഏത് കേമിയേയും അവർ മെരുക്കിയെടുത്ത് അതിലൂടെ ചാടിക്കുന്നത് അവൾ അറിയാതെ സങ്കല്പിച്ചു പോയി. ഇനി ചെക്കന്റെ ഊഴം. അവൻ നൂറ്റൊന്നു ചോദ്യാവലി തയ്യാറാക്കി വന്നപോലുണ്ട്. 'അമ്പലത്തിൽ പോകുമോ?' (ശാലീനതയ്ക്കായിരിക്കും മാർക്ക്) 'സാമ്പാർ വയ്ക്കാനറിയുമോ?' (അടുക്കളയിലെ പ്രാവീണ്യം അളക്കണ്ടേ) എന്നിങ്ങനെ സർവ്വമേഖലയും അവൻ കയ്യടക്കി. അവൾ മിടുമിടുക്കി. എല്ലാ ചോദ്യങ്ങൾക്കും കല്ലു വച്ച നുണ പൊതിഞ്ഞ ഉത്തരം നൽകി അവനെ പമ്പരവിഡ്ഢിയാക്കി. ഇവനെയൊക്കെ അമേരിയക്കയിലേക്ക് അയച്ചത് നന്നായി എന്ന് അവളുടെ ആത്മഗതം. രാവിലെ കുളിച്ച് അമ്പലത്തിൽ പോയി വന്ന് അവന് സാമ്പാർ ഉണ്ടാക്കികൊടുത്ത് തന്റെ ജീവിതം തള്ളി നീക്കാൻ അവൾ ഉദ്ദേശിച്ചില്ല. രോഗി ഇച്ഛിച്ചതും വൈദ്യൻ കല്പിച്ചതും പാല്. പിറ്റേ ദിവസം അവർ അറിയിച്ചു. പെൺകുട്ടിക്ക് തടി കൂടുതൽ. അവർക്കിഷ്ടമായില്ലാത്രേ. അച്ഛനും അമ്മയ്ക്കും വിഷമമായി. അമേരിക്കക്കാരൻ കയ്യിൽ നിന്നും പോയല്ലോ.

അച്ഛൻ വീണ്ടും ജാതകക്കെട്ടുകളുമായി ജ്യോത്സന്റെ അടുത്തേക്കിറങ്ങി. കവടി നിരത്തി കണക്കു കൂട്ടിയും കിഴിച്ചും ജ്യോത്സ്യൻ പ്രവചിച്ചു. വരുന്ന ചിങ്ങമാസത്തിൽ കല്യാണം നടക്കും. കൂടെ വഴിപാടുകളുടെ ഒരു നീണ്ട പട്ടികയും. അങ്ങനെ പെണ്ണുകാണൽ മഹാമഹങ്ങൾ കൃത്യമായ ഇടവേളകളിൽ സംഭവിച്ചു.

രണ്ടാമത് വന്നൊരുത്തൻ ഭാവിപ്രവാചകൻ. പെൺകുട്ടി പ്രസവശേഷം തടി വയ്ക്കുമത്രേ. ഇവനെയൊക്കെ കല്യാണം കഴിക്കാൻ വിധിക്കപ്പെട്ടവൾ മാതൃത്വം ആസ്വദിക്കുമോ. അതോ ഇവന് വേണ്ടി പട്ടിണി കിടന്ന് മെലിഞ്ഞ് ഉണങ്ങുമോ ആവോ?

സൽസ്വഭാവിയായ വിദ്യാഭ്യാസമുള്ള പെൺകുട്ടികളേക്കാൾ ചെക്കൻമാർ മെലിഞ്ഞ് സൗന്ദര്യം വഴിഞ്ഞൊഴുകുന്നവരെ നോട്ടമിടുകയാണെന്ന് അവൾ മനസ്സിലാക്കി. പെണ്ണുകാണൽ പ്രഹസനം അവൾ ആസ്വദിക്കാൻ തുടങ്ങി. വരുന്ന വീട്ടുകാരുടെ പൊങ്ങച്ചവും ചെക്കന്റെ വീരസാഹസിക കഥകളും അവളെ ഒഴിവാക്കാൻ നിരത്തുന്ന കാരണങ്ങളും ഓർത്തോർത്ത് ചിരിച്ചു. കല്ല്യാണമാർക്കറ്റിലെ തടിച്ചി പെൺകുട്ടികളുടെ കൂട്ടായ്മയെകുറിച്ച് അവൾ ഒരു വേള ചിന്തിച്ചു.

അച്ഛനും അമ്മയും മകളുടെ ഭാവിയെ കുറിച്ചോർത്ത് എന്നും വേവലാതിപ്പെട്ടു. ജ്യോത്സ്യൻ പ്രവചിച്ച ചിങ്ങമാസങ്ങൾ വന്നും പോയുമിരുന്നു. തടി ഒരു സ്ഥിരം ചർച്ചാവിഷയമായി. കഴിക്കുന്ന ഭക്ഷണത്തിന്റെ അളവെടുക്കുന്ന കണ്ണുകൾ അവൾക്ക് ചുറ്റും പാറി നടന്നു. ഊണുമേശ സമ്മേളനങ്ങൾ അവൾ ഇഷ്ടപ്പെട്ടില്ല. വിരുന്നൊരുക്കൽ പ്രക്രിയ മിക്ക

ആഴ്ചകളിലും നടന്നിരുന്നത് കൊണ്ട് വീട്ടിൽ പലഹാരങ്ങൾക്ക് ഒരു കുറവുണ്ടായില്ല. അവൾ തനിക്കിഷ്ടപ്പെട്ട ബ്രിട്ടാനിയ ബിസ്ക്കറ്റുകൾ വാങ്ങാൻ അച്ഛനെ എപ്പോഴും ഓർമ്മിപ്പിച്ചു. നാടകം കഴിയുമ്പോൾ അവൾ ആവേശത്തോടെ ബിസ്കറ്റുകൾ കഴിച്ചു തീർത്തു.

ബന്ധുജനങ്ങളുടെ വേവലാതികൾ ഈയവസരത്തിൽ സ്മരിക്കാതെ വയ്യ. അച്ഛനെയും അമ്മയെയും അവസരത്തിലും അനവസരത്തിലും കുത്തിനോവിക്കാൻ അവർ മത്സരിച്ചു. നാട്ടുകാരിൽ ചിലരും അവരുടെ ഭാഗം ഭംഗിയായി നിർവഹിക്കുന്നുണ്ടായിരുന്നു. കല്യാണപ്രായം കഴിഞ്ഞുനിൽക്കുന്ന മക്കളുള്ള മാതാപിതാക്കൾക്കായി ഈ അധ്യായം സമർപ്പിക്കുന്നു. ഇതുവരെ ഞങ്ങൾക്കൊരു സദ്യ തരാറായില്ലേ എന്ന ചോദ്യവും അതിനൊപ്പം ശരീരമാസകലം ഉഴിഞ്ഞുള്ള അർത്ഥഗർഭമായ നോട്ടവുമായി എത്തുന്ന അച്ഛന്റെ വകയിലെ ബന്ധുവിന്റെ ചിത്രം മായാതെ നിൽക്കുന്നു. ഏതോ ആലോചന അവർ പെൺകുട്ടിയുടെ തടിയുടെ വർണ്ണന നൽകി മുടക്കിയത് പിന്നീട് അറിഞ്ഞു. സമപ്രായക്കാരായ പെൺകുട്ടികളുടെ കല്യാണ നിശ്ചയവാർത്ത ചൂടോടെ അറിയിക്കാൻ ഓടിയെത്തുന്ന വേറൊരു ബന്ധു അമ്മയുടെ മനസ്സിന്റെ വിങ്ങലിനു ആക്കം കൂട്ടി. അവരുടെ ആങ്ങളയുടെ മോളുടെ കല്യാണ വാർത്ത വിവരണം ഇങ്ങനെയായിരുന്നു.'വലിയ സ്വത്ത് ഒന്നും ഇല്ലെങ്കിലും അവളുടെ മനസ്സ് നല്ലതായതുകൊണ്ട് ചെക്കന് വളരെ ഇഷ്ടപ്പെട്ടു. അവന് അവളെ തന്നെ മതിയെന്ന് നിർബന്ധം' തങ്കപ്പെട്ട മനസ്സ് കോളേജിലെ പ്രേമം പൂവണിയിച്ചതാണെന്ന് ലോകം വഴിയെ പുറത്തുവിട്ട പിന്നാമ്പുറ രഹസ്യം. ഇതു കേട്ട് കല്യാണം മുടങ്ങിപോകുന്ന

പെൺകുട്ടിയെ നോക്കി നെടുവീർപ്പിട്ട അമ്മ വിസ്മ്ഥി. ഒരു പക്ഷേ തന്റെ നല്ല മനസ്സിനെ വെല്ലുവിളിച്ചത് പെൺകുട്ടിക്കും സ്വൽപം അലോസര മുണ്ടാക്കി എന്നത് സത്യം.

അതിനുശേഷമുള്ള പെണ്ണുകാണൽ നാടകങ്ങൾ അവൾ ഇഷ്ടപ്പെട്ടി ല്ല. അങ്ങനെയിരിക്കുമ്പോൾ ഗൾഫുകാരൻ പയ്യന്റെ വിവാഹാലോചന. അമേരിക്കയും ലണ്ടനുമൊക്കെ ഇപ്പോൾ ചിത്രത്തിലില്ല. ഗൾഫെന്ന് കേട്ടാൽ ഓർമ്മ വരുന്നത് പളപളാമിനുന്ന ഉടുപ്പും സ്വർണ്ണമാലയും കൈചെയിനും പിന്നെ മൂക്ക് തുളച്ച്കയറുന്ന അത്തറിന്റെ മണവും. അവൾ നിർവ്വികാരയായി ആലോചന പുരോഗമിക്കുന്നത് നോക്കികണ്ടു.

പെണ്ണുകാണൽ തിയ്യതി നിശ്ചയിക്കപ്പെട്ടു. പതിവു മുടക്കാതെ എല്ലാ ബന്ധുജനങ്ങളേയും അച്ഛൻ അറിയിച്ചു. വിഭവങ്ങളുടെ കൂട്ടത്തിൽ ബ്രി ട്ടാനിയ ബിസ്കറ്റിന്റെ കാര്യം അച്ഛനെ പ്രത്യേകം ഓർമ്മിപ്പിക്കാൻ അവൾ മറന്നില്ല.

അന്ന് കൊടുങ്ങല്ലൂർ ഭരണി. കോമരങ്ങൾക്കിടയിലൂടെ വരുന്ന ചെക്കനെ കാത്ത് എല്ലാവരും വഴിയിലേയ്ക്ക് കണ്ണും നട്ടിരുന്നു. എന്നാൽ സമയമേറെ കഴിഞ്ഞിട്ടും ആരേയും കണ്ടില്ല. ബ്രോക്കറും കൈമ ലർത്തി. ബന്ധുക്കളുടെ ചോദ്യങ്ങൾക്കു മുമ്പിൽ അച്ഛൻ പതറുന്നത് അവൾ കണ്ടു. മനസ്സു പിടച്ചു. പതിയെ പതിയെ എല്ലാവരും സ്ഥലം കാലിയാക്കി. ഗൾഫുകാരൊക്കെ ഇങ്ങനെയാ ഒരു നൂറു സ്ഥലത്ത് പെണ്ണു കണ്ടുവച്ചുകാണും. അതിൽ ഏതെങ്കിലും ശരിയായിട്ടുണ്ടാകും. ഒരു ബന്ധുവിന്റെ അസ്ഥാനത്തുള്ള അഭിപ്രായപ്രകടനത്തോടെ അന്നത്തെ പെണ്ണുകാണൽ നാടകത്തിനു തിരശ്ശീല വീണു. അച്ഛനും അമ്മയും വിഷമിക്കുന്നത് കണ്ട് അവൾ കുറെ കരഞ്ഞു. കല്യാണം എന്ന പ്രഹസനം, ലോകത്തോട് പുച്ഛം തോന്നി.

പെട്ടെന്ന് രാത്രിയിൽ ഒരു ഫോൺകോൾ. അച്ഛൻ സംസാരിക്കുന്നു. അവൾക്ക് ശ്രദ്ധിക്കാൻ തോന്നിയില്ല. ഫോൺ വച്ച് കഴിഞ്ഞ് അച്ഛൻ സന്തോഷത്തിലാണ്. അതേ ചെക്കൻ ആയിരുന്നത്രേ. അവർ ഫോൺ നമ്പർ എടുക്കാൻ മറന്നു. കൊടുങ്ങല്ലൂർ വരെ എത്തി ഭരണിത്തിരക്കിൽ പെട്ടു വീട് കണ്ടെത്താനോ ബ്രോക്കറെ ബന്ധപ്പെടാനോ പറ്റിയില്ല. അച്ഛനോട് ക്ഷമചോദിച്ചു. വിഷു ദിവസം ഉച്ചതിരിഞ്ഞ് വരാമെന്ന്. അന്ന് രാത്രി അച്ഛൻ സമാധാനമായി ഉറങ്ങിയെന്ന് അവൾക്ക് തോന്നി. തന്റെ കരച്ചിലിനിടയിൽ ബ്രിട്ടാനിയ ബിസ്ക്കറ്റ് കഴിക്കാൻ മറന്നത് ഒരു കണക്കിനു നന്നായി എന്ന് പിറ്റേന്ന് അവൾ ഓർത്തു പുഞ്ചിരിച്ചു.

അങ്ങനെ വിഷു ദിനം അല്ലെങ്കിൽ മേടമാസത്തിലെ വിഷുപ്പുലരി വിടർന്നു എന്നു ആലങ്കാരികമായി പറയാം. ഗൾഫുകാരൻ ഇത്തവണ

വാക്കുതെറ്റിക്കാതെ വഴിതെറ്റാതെ കൃത്യസമയത്ത് ഹാജർ. പ്രതീക്ഷകളെ തെറ്റിച്ചുകൊണ്ട് പളപളാമിന്നുന്ന കുപ്പായമില്ല, സ്വർണ്ണമാലയില്ല, കൈചെയിനില്ല ഒരു സാധാരണക്കാരൻ. അച്ഛനുമായി വളരെ സരസമായി സംസാരിക്കുന്നു. ഇനി അവർക്ക് വല്ലതും സംസാരിക്കണമെങ്കിൽ അതാകട്ടെ എന്ന് ആരോ പറയുന്നു. അടുത്ത ചോദ്യാവലിക്കുള്ള സമയമായല്ലോ എന്നവൾ മനസ്സിൽ ഓർത്തു. ഇത്തവണ ഒന്നിനും ഉത്തരം കൊടുക്കേണ്ടെന്ന് മനസ്സ് പറയുന്നതായി തോന്നി. അവളെ അത്ഭുതപ്പെടുത്തിക്കൊണ്ടു ഒരു ചോദ്യവും ചോദിക്കാതെ കൂടി കാഴ്ച.

അവർ പോയിക്കഴിഞ്ഞ് അച്ഛൻ അടുത്ത ജാതകക്കെട്ടുകൾ പരതുന്നത് അവൾ കണ്ടില്ല. മേശപ്പുറത്തിരുന്ന ബ്രിട്ടാനിയ ബിസ്ക്കറ്റുകൾ അവൾ ഒന്നുപോലും ബാക്കി വയ്ക്കാതെ കഴിച്ചു തീർത്തു. ഇനി ഈ പേരിൽ അച്ഛൻ വാങ്ങിത്തരുന്ന ലക്ഷണമൊന്നും കാണുന്നില്ലല്ലോ!

ശുഭം.

സീമന്തിനി രാമൻ

എന്റെ അച്ഛൻ അമ്മ - സീമന്തിനി രാമൻ

തറവാട്ടിലെ തളത്തിൽ ടി വി വിശ്രമമില്ലാത്ത ഓട്ടത്തിലാണ്. ക്രിക്കറ്റ് മത്സരമുണ്ടെങ്കിൽ പിന്നെ പറയുകയേ വേണ്ട. അമ്മൂമ്മ അത്യാവേശത്തിലായിരിക്കും. എതിർടീമിലെ ബൗളർമാരെ ചീത്ത വിളിച്ചും പന്ത് ബൗണ്ടറിലേക്ക് പായുമ്പോൾ കൈയ്യടിച്ച പ്രോത്സാഹിപ്പിച്ചും ഒരു ആഘോഷം.

ചുമരിൽ ഓർമ്മകൾ ഉണർത്തുന്ന കുറേ ബ്ലാക്ക് ആന്റ് വൈറ്റ് ഫ്രെയിമുകൾ. അതിനിടയിൽ അച്ഛാച്ചന്റേയും അമ്മൂമ്മയുടെയും കല്ല്യാണഫോട്ടോ ഉണ്ട്. സുന്ദരനും സുന്ദരികുട്ടിയും. പതിനഞ്ച് വയസ്സിലായിരുന്നത്രേ അമ്മൂമ്മയുടെ കല്ല്യാണം. ബാലവിവാഹം എന്നും പറയാം. ഒരു വലിയ തറവാട്ടിലേയ്ക്ക് വളരെ ചെറുപ്പത്തിലുള്ള പറിച്ച നടൽ. അന്നത്തെ ചിട്ടവട്ടങ്ങൾക്കനുസരിച്ച് മരുമകളുടെ മാനസികാവസ്ഥ എങ്ങനെ ആയിരിക്കുമെന്ന് ചിന്തിച്ച പോയി. അച്ഛാച്ചൻ തറവാട്ടിൽ രണ്ടാമൻ ആണ്. കൊച്ച സീമന്തിനിയിൽ നിന്നും സീമന്തിനി രാമൻ എന്ന സ്ഥാനകയറ്റം. ഭാവിയിൽ ഒരുപാട് ഉത്തരവാദിത്തം നിറഞ്ഞ നാളുകൾ കാത്തിരിക്കുകയായിരുന്നല്ലോ.

അച്ഛാച്ചന്റെ സിലോൺ ജീവിതം അമ്മൂമ്മയെ മിടുമിടുക്കിയായ തറവാട്ടമ്മ ആക്കുന്നതിൽ ഒരു വലിയ പങ്ക് വഹിച്ചിട്ടുണ്ട്. വലിയ വീട്, ആറ് മക്കൾ, വന്നും പോയുമിരിക്കുന്ന ബന്ധുക്കൾ, ജോലിക്കാർ, കാര്യസ്ഥർ എന്നിങ്ങനെ ഒരു കൊച്ച സാമ്രാജ്യം ഭരിക്കുവാനുള്ള ആർജ്ജവം കാലം സമ്മാനിച്ചവെന്ന് ഉറപ്പിക്കാം. എനിക്ക് ഓർമ്മ വെച്ച കാലം മുതൽ അമ്മൂമ്മ ഒരു സർവ്വസൈന്യാധിപന്റെ മുഖം മൂടിക്ക്

പിന്നിലായിരുന്നു. എല്ലാവരും ഭയഭക്തിബഹുമാനത്തോടെയുള്ള ഇടപെടൽ ശരിക്കും പറഞ്ഞാൽ അമ്മൂമ്മ എന്ന കേന്ദ്രബിന്ദുവിനുചുറ്റും നിലകൊണ്ടിരുന്ന കുടുംബം.

യാത്രകൾ പോകുമ്പോൾ അമ്മൂമ്മയുടെ ബാഗിൽ ഉപ്പുതൊട്ടു കർപ്പൂരം വരെ കാണും. ആരേയും ഒന്നിനും ആശ്രയിക്കേണ്ടല്ലോ. പിന്നെ വൃത്തിയുടെ കാര്യം പറയുകയും വേണ്ട. ഇരുപത്തിനാല് മണിക്കൂറും തേച്ച കഴുകൽ തന്നെ. എന്റെ വൃത്തിഭ്രമത്തിന്റെ വേരുകൾ എവിടെ നിന്ന് എന്നതിന് ഉത്തരം.

എല്ലാ ഓണത്തിനും പിറന്നാളിലും പിന്നെ തറവാട്ടിലെ കല്ല്യാണങ്ങൾക്കും മക്കളും പേരക്കുട്ടികളും ബന്ധുക്കളും കൊടുക്കാറുള്ള സ്നേഹസമ്മാനം കസവുസെറ്റ് മുണ്ടുകൾ. മര അലമാരിയിൽ അമ്മൂമ്മ എല്ലാം നിധിപോലെ സൂക്ഷിച്ചു. താക്കോൽ അമ്മൂമ്മയുടെ കൈയ്യിൽ ഭദ്രം. ഓരോന്നും പല ഓർമ്മകൾ സമ്മാനിക്കുന്നത് കൊണ്ടാണോ എന്നറിയില്ല ഒരെണ്ണം പോലും ആരുമായി പങ്കുവയ്ക്കാൻ അമ്മൂമ്മ ഇഷ്ടപ്പെട്ടിരുന്നില്ല. അമ്മൂമ്മയുടെ സെറ്റ് മുണ്ടുകൾ കണ്ടിട്ടാണോ എന്നറിയില്ല ഞാനും ഇടക്ക് വാങ്ങുവാൻ തുടങ്ങി. കഴിഞ്ഞ ദിവസം

അടുക്കിപെറുക്കിയപ്പോൾ അമ്മൂമ്മയുടേത് പോലെ ഒരു മര അലമാരി എനിക്കും വേണ്ടി വരുമോ എന്ന് ചിന്തിച്ചു.

ഷുഗറും പ്രഷറും ഇല്ലാത്തത് കൊണ്ട് മിക്കവരുടേയും സന്തത സഹചാരികളായ മരുന്നുകുപ്പികൾ അമ്മൂമ്മയ്ക്ക് ഇല്ലായിരുന്നു എന്നത് ഇപ്പോഴത്തെകാലത്ത് ഒരു അത്ഭുതമാണ്. പക്ഷേ ബാക്കിയുള്ളവർ ഡോക്ടറുടെ അടുത്ത് പോയ കഥകൾ അമ്മൂമ്മയെ അലോസരപ്പെടുത്തിയിരുന്നല്ലോ. ഇനി മരുന്നും മന്ത്രവുമില്ലാത്തവരെ ആരും ഗൗനിക്കില്ലെന്ന് മനസ്സിൽ തോന്നിയതായിരിക്കുമോ ആവോ?

ഓർമ്മവച്ച കാലം മുതൽ സ്വർണ്ണമാലയും വളകളും അണിഞ്ഞ് കസവ് സെറ്റ് മുണ്ടും ഉടുത്ത സുന്ദരിയായ അമ്മൂമ്മയ്ക്ക് എന്റെ മനസ്സിൽ എന്നും ഒരേ വയസ്സാണ്.

എന്നാൽ കഴിഞ്ഞ ഡിസംബറിൽ തറവാട്ടിൽ പോയപ്പോൾ പതിവ് പ്രസരിപ്പില്ല. ആകെ ഒരു ക്ഷീണം പോലെ. പോകാൻ ധൃതിയുണ്ടായിരുന്നത് കൊണ്ട് കഷ്ടി ഒരു പത്തു മിനിറ്റ് ഇരുന്നു കാണും. ഈയിടെയായി ഓർമ്മക്കുറവുള്ളത് കൊണ്ട് ചോദിച്ചത് തന്നെ പല തവണ ആവർത്തിച്ചുകൊണ്ടേയിരുന്നു. പോകാൻ യാത്ര ചോദിച്ചപ്പോൾ എന്തിനാ ഇത്ര ധൃതി എന്നായി. കാറിൽ കയറി തിരിഞ്ഞു നോക്കിയപ്പോഴും ആ വാതിൽപ്പടിയിൽ നിൽക്കുന്നുണ്ടായിരുന്നു.

അമ്മൂമ്മയുടെ തൊണ്ണൂറാം പിറന്നാൾ വരുന്നു. കാര്യമായി ആഘോഷിക്കാനാണ് തീരുമാനം എന്ന് അമ്മ പറഞ്ഞു. എല്ലാവരേയും കാണാനും സംസാരിക്കാനും അമ്മൂമ്മയ്ക്ക് ഉത്സാഹമായിരുന്നല്ലോ എന്ന് ഞാൻ ഓർത്തു. തൊണ്ണൂറ് വയസ്സ് എന്ന നാഴികക്കല്ല്. ഒരു പാട് വേഷപ്പകർച്ചകളിലൂടെ കടന്നുപോയ വർഷങ്ങൾ ഇതിൽ ഏതു കാലഘട്ടമായിരിക്കുമാവോ പ്രിയപ്പെട്ടത്? കഥകളിൽ വായിക്കാറുള്ള പോലെ ചെറുപ്പകാലം അതോ സകല പ്രൗഢിയോടെയുമുള്ള തറവാട്ടിലെ ജീവിതം പിന്നെ പേരക്കുട്ടികളും അവരുടെ മക്കളുടെ വല്ല്യ മുത്തശ്ശിയായിട്ടുള്ള നാളുകൾ. അനുകുട്ടൻ പറയുന്ന പോലെ മുത്തശ്ശിയാണ് എന്റെ ബെസ്റ്റ് ഫ്രണ്ട്.

ഒരു ദിവസം അമ്മ വിളിച്ചു പറയുന്നു അമ്മൂമ്മയ്ക്ക് നല്ല സുഖമില്ല. കാര്യത്തിന്റെ ഗൗരവം അമ്മയുടെ സ്വരത്തിലുണ്ടെന്ന് എനിക്ക് തോന്നി. പിന്നെ എന്നും സന്തോഷമില്ലാത്ത വാർത്തകൾ തന്നെ. എല്ലാവരും അമ്മൂമ്മയെ കാണാൻ വരുന്നു. ഇനി അധിക നാളുകൾ ഇല്ല എന്ന് സമൂഹം ഓർമ്മപ്പെടുത്തുന്ന കൂടിക്കാഴ്ചകൾ. എല്ലാവരേയും കാണാൻ എപ്പോഴും ഇഷ്ടപ്പെട്ടിരുന്ന അമ്മൂമ്മ ഈ അദ്ധ്യായം എങ്ങനെ മനസ്സിൽ

വരച്ചിട്ടുണ്ടാകുമോ അല്ലേ? വയസ്സുകാലത്ത് ആരും നോക്കാനില്ലാത്തവരുടെ കഥകൾ കേൾക്കുന്ന ഈ കാലത്ത് മക്കളും മരുമക്കളും അടുത്തുള്ളത് ഒരു ഭാഗ്യമാണ്.

പതിവുപോലെ അന്നും അമ്മയെ വിളിച്ചു കാര്യമായ മാറ്റമൊന്നുമില്ല. എല്ലാവരും അടുത്തുണ്ട് എന്ന് പറഞ്ഞു. കുറച്ച് കഴിഞ്ഞ് അമ്മ വീണ്ടും വിളിക്കുന്നു. എന്റെ നെഞ്ചു പിടച്ചു. മറുതലയ്ക്കൽ അമ്മ കരയുന്നു. ഒന്നും ചോദിക്കാനില്ല. എന്റെ മനസ്സിൽ അച്ഛന്റെ മുഖം മാത്രം.

ലോകകപ്പ് ക്രിക്കറ്റ് മത്സരങ്ങൾ നടക്കുന്നു. തളത്തിലെ ടിവി ഓടിക്കൊണ്ടിരിക്കുകയാണ്. ചുമരിലെ ബ്ലാക്ക് ആന്റ് വൈറ്റ് ചിത്രങ്ങൾക്കും സ്ഥാനചലനമില്ല. മര അലമാരി ഒഴിഞ്ഞു കിടക്കുന്നു. എന്റെ മനസ്സ് വിങ്ങിപ്പൊട്ടി. തറവാട്ടിലെ ചിത്രങ്ങൾ എന്റെ മനസ്സിൽ നിന്നും മാഞ്ഞുപോകുന്ന പോലെ. എങ്ങും ശൂന്യത മാത്രം. തളത്തിലെ ടീപോയിൽ പഞ്ചാംഗത്തിന്റെയും മാതൃവാണിയുടേയും മുകളിൽ ഒരു കാർഡ്.

സീമന്തിനി രാമൻ (90 വയസ്സ്)

കറുപ്പ് വെളുപ്പ്

വെട്ടെന്നൊരു സുപ്രഭാതത്തിൽ തുടങ്ങിയതാണല്ലോ എന്റെ ഈ കഥാഭ്രാന്ത്. പക്ഷേ എഴുതി തുടങ്ങിയപ്പോൾ അതിന്റെയൊരു കിറുക്കരസം തലയ്ക്ക് നല്ല സാരമായി പിടിച്ചു. വെറുതെയല്ല എഴുത്തുകാരുടെ മുഖത്ത് എപ്പോഴും ഒരു ബുദ്ധമന്ദഹാസം. ആരുടേയും മുഖം നോക്കാതെ മനസ്സിൽ തോന്നുന്നതെന്തും സ്വർണ്ണലിപികളിൽ എഴുതാൻ സർവ്വ സ്വാതന്ത്ര്യം പതിച്ചുകിട്ടിയ സാമൂഹ്യ ജീവികൾ.

ഇന്നത്തെ കഥ തങ്കപ്പൻ ചേട്ടനിൽ നിന്നു തുടങ്ങാം. എന്നെ സ്കൂളിൽ ചേർക്കാറായപ്പോൾ അച്ഛന്റെ കോളേജിൽ അമ്മയ്ക്കും ജോലി കിട്ടി. തറവാട്ടിലെ കുട്ടിപ്പട്ടാളസംഘത്തിൽ നിന്നും എന്നെ ഒക്കലിലേയ്ക്ക് നാടുകടത്തി. ഇതിന്റെ പേരിൽ ഇന്നും ഞാൻ അമ്മയോട് അങ്കം വെട്ടാറുണ്ട്. അച്ഛാച്ചന്റെയും മുത്തമ്മയുടേയും രാജകുമാരിയായി വളരാമെന്ന ബോധം അന്നെനിക്ക് തെളിഞ്ഞില്ല. അച്ഛനെ കാണണം. തിരിച്ച് കൊടുങ്ങല്ലൂർക്ക് പോകണം എന്ന ഒറ്റ ചിന്ത മനസ്സിൽ വച്ചു നടക്കുന്ന എന്നെ സ്കൂളിന്റെ പടിക്കൽ എത്തിക്കാൻ അച്ഛാച്ചൻ നടത്തിയ വീരശൂരപരാക്രമത്തിലെ ഒരു പോരാളിയാണ് ഈ തങ്കപ്പൻ ചേട്ടൻ. എന്നെ സൈക്കിളിൽ സ്കൂളിൽ എത്തിക്കുക എന്ന വളരെ ലളിതമായ ജോലി കക്ഷി സന്തോഷത്തോടേയും അഭിമാനത്തോടേയും ഏറ്റെടുത്തു. ആദ്യ ദിവസം തന്നെ എന്റെ തനിനിറം പുറത്തുവന്നു. തറയിൽ കിടന്നുരുണ്ടു അലറിക്കരയുന്ന എന്നെ അച്ഛാച്ചൻ ഒരു പ്രകാരത്തിൽ സൈക്കിളിൽ കയറ്റി ഇരുത്തി. എന്തായാലും എന്റെ സ്നേഹസമ്മാനം ഒരു കടി അന്നു തങ്കപ്പൻചേട്ടനു കിട്ടി. ലളിതമായ ജോലിക്ക് ഹരിശ്രീകുറിച്ചു. പിന്നെ ഞാനിതൊരു സ്ഥിരം നാടകമാക്കിയത്രേ. രാവിലെ തങ്കപ്പൻ ചേട്ടൻ

പടികടന്നാൽ ഞാൻ ഇടയും. അച്ഛാച്ചൻ പാടുപെട്ട് സൈക്കിളിൽ ഇരുത്തും. സ്കൂൾ എത്തുന്നത് വരെ നിർത്താതെയുള്ള അലറി കരച്ചിൽ. എന്നാൽ തിരിച്ചുവരുമ്പോൾ ആൾ ആകെ മാറും. അന്നു പഠിച്ച പാട്ടുകൾ ഉറക്കെ പാടും. എന്തായാലും ബാലൻ സാറിന്റെ കൊച്ചു മകളുടെ സ്കൂളിൽ പോക്ക് ആ നാട്ടിൻ പുറത്ത് സംസാരവിഷയമായിരുന്നു. തങ്കപ്പൻ ചേട്ടനും എന്റെ കരച്ചിലും പാട്ടും വർഷങ്ങൾ പിന്നിട്ടിട്ടും ആളുകൾ ചോദിക്കുമായിരുന്നു എന്ന് ജാള്യതയോടെ കുറിക്കുന്നു.

ഇനി ഒന്നു കൊടുങ്ങല്ലൂരിലേക്ക് പോകാം. ഫ്ളാറ്റ് ജീവിതത്തിലേയ്ക്ക് പറിച്ച് നടത്തപ്പെട്ട ഇന്നത്തെ ജനതയ്ക്ക് മുറ്റവും രാവിലെ മുറ്റമടിക്കാൻ വരുന്ന സുമതിചേച്ചിയും ഒരു അത്ഭുതജീവി ആയിരിക്കും. സുമതിചേച്ചി അന്ന് ജീവിതത്തിന്റെ ഒരു ഭാഗമായിരുന്നു. എന്നും എന്തെങ്കിലും കഥകൾ ഉണ്ടാകും. നമ്മുടെ നാട്ടിൽ ചൂല് കണികണ്ട് കൊണ്ട് പുറത്തിറങ്ങുന്നത് അപശകുനമാണല്ലോ. അച്ഛനും അമ്മയും കോളേജിലേയ്ക്കിറങ്ങുമ്പോൾ കൃത്യമായി ചൂലും പിടിച്ച് സുമതി ചേച്ചി നിൽക്കുന്നുണ്ടാകും. അതിരാവിലെ മുറ്റമടിക്കണമെന്ന നിയമമൊന്നും പുള്ളിക്കാരിക്ക് ബാധകമല്ല. മുറുക്കിക്കെട്ടാതെ അഴിഞ്ഞു പോകുന്ന കുറ്റിച്ചൂല് വച്ച് മുറ്റമടിക്കാൻ സുമതി ചേച്ചിക്ക് പ്രത്യേക കഴിവായിരുന്നു. എനിക്ക് മുറ്റമടിക്കാൻ ഇഷ്ടമായിരുന്നു. ഞാൻ വേറെ ചൂല് സംഘടിപ്പിച്ച് മാറ്റിവയ്ക്കും.

സുമതിചേച്ചിയുടെ കണ്ണിൽ പെടാതെ ഭംഗിയിൽ 'റ' പോലെ വരച്ച് അടിച്ചുവാരുന്നത് എനിക്കൊരു രസമായിരുന്നു. മുറ്റമടി കഴിഞ്ഞാണ് ബാക്കി കലാപരിപാടികൾ അരങ്ങേറുക. രാവിലത്തെ ചായയും കടിയും അതേ പാത്രത്തിൽ നമ്മുടെ ജൂലിപട്ടിയ്ക്ക് സുമതി ചേച്ചി കൊടുക്കുന്നത് പതിവാണ്. അതുകൊണ്ട് പ്രത്യേക ഗ്ലാസ്സും പാത്രവും നിശ്ചയിക്കപ്പെട്ടു. അമ്മ കോളേജിൽ പോയിരിക്കുന്ന സമയമാണല്ലോ. വീട്ടിൽ ആരുമില്ലാത്ത നേരം. ഉള്ളി, പച്ചമുളക് എന്നുവേണ്ട അന്നത്തേയ്ക്കുള്ള സോപ്പുപൊടി വരെ വാരിയെടുത്ത് വിദഗ്ദമായി മുണ്ടിൽ പൊതിഞ്ഞു കൊണ്ടു പോകാനുള്ള തിരക്കാണ് അടുത്ത രംഗം. തെങ്ങു കയറുന്ന ദിവസം നടക്കുന്ന കളികൾ ഞാൻ ജനാലയിലൂടെ ഒളിച്ച് കാണാറുണ്ട്. തേങ്ങ പെറുക്കിയെടുക്കുന്നതിനിടയിൽ ഒന്നു രണ്ടെണ്ണം പൊതിമടലിനിടയിൽ തിരുകി കയറ്റും. പിന്നെ ചിലതെല്ലാം കുളത്തിലേയ്ക്ക് തള്ളിയിടും. പായ

ഉണ്ടാക്കാൻ കൈത ഓല കൊണ്ടുപോകുന്ന കൂട്ടത്തിൽ അവ അപ്രത്യക്ഷമാകും. ഈ ക്രയവിക്രയങ്ങൾ പരസ്യമായ രഹസ്യമായി തുടർന്നു. കുറേ നാൾ കഴിഞ്ഞപ്പോൾ സുമതിച്ചേച്ചി കിടപ്പിലായി. മലയാള മനോരമക്കാർ വച്ച കൊടുത്ത ഒരു കൊച്ചു വീട്ടിലാണ് താമസം. അമ്മ രോഗവിവരം തിരക്കി ചെന്നപ്പോൾ കണ്ട കാഴ്ച സുമതിച്ചേച്ചിയുടെ അടുക്കളയിൽ നമ്മുടെ ഒരു മാതിരിപെട്ട എല്ലാത്തരം പാത്രങ്ങൾ, ഗ്ലാസ്സ്, സ്പൂൺ എന്നിവയുടെ വിശാലമായ ശേഖരം. രോഗിയായ സുമതിച്ചേച്ചിയെ ആശ്വസിപ്പിക്കാൻ പോയ അമ്മ പൊട്ടിച്ചിരിയോടെ അന്ന് വീട്ടിൽ വന്നു കയറി.

ഇതിനിടയിൽ വീട്ടിൽ ഇടയ്ക്ക് വന്നും പോയും ഇരുന്ന ആശത്തള്ള. ശരിക്കും പേര് പാറു എന്നാണ് ഓർമ്മ. വഴിയിൽ കാണുന്നതെന്തും മുണ്ടിനിടയിൽ തിരുകി കയറ്റി ഒരു കൊച്ചു ശരീരത്തിൽ വലിയ ഭാണ്ഡക്കെട്ടുമായി എന്നും അങ്ങോട്ടും ഇങ്ങോട്ടും നടപ്പാണ്. ഭക്ഷണത്തിനോടും ഉടുപ്പിനോടുമുള്ള ആഗ്രഹമാണ് ആശത്തള്ള എന്ന പേരിനു പിന്നിൽ. ആരെ കണ്ടാലും എന്തെങ്കിലും ഒരു ആശയുണ്ടാകും പറയാൻ. ഇന്നത്തെ കാലത്ത് ആശതള്ളമാരെ കാണണമെങ്കിൽ പ്രച്ഛന്നവേഷ മത്സരവേദിയിൽ നോക്കിയാൽ മതി.

ഇനി രാജൻ ചേട്ടന്റെ ഊഴമാണ്. പട്ടാളക്കാരെ പോലെ മുടി പറ്റെ വെട്ടി തൊളാപ്പൻ ഷർട്ടും മുട്ടിനിറക്കമുള്ള ട്രൗസറും (ഇന്നത്തെ ബർമൂഡ) ഇട്ടു നടക്കുന്ന ആജാനുബാഹുവായ രാജൻ ചേട്ടൻ. കാണുമ്പോൾ ചെറിയ പേടി തോന്നുമായിരുന്നെങ്കിലും നിഷ്കളങ്കമായ ചിരി ആ മുഖത്ത് വിടരുമ്പോൾ നമ്മുടെ പേടി പമ്പ കടക്കും. ആരെയും ഉപദ്രവിക്കാതെ സ്വയം എന്തൊക്കെയോ പിറുപിറുത്തു നടക്കുന്ന പ്രകൃതം. വിശപ്പാണ് മുഖ്യവിഷയം. അതിനാൽ ഏതു ഹോട്ടലിലും എപ്പോൾ ചെന്നാലും രാജൻ ചേട്ടനു ഭക്ഷണം വിളമ്പുന്നത് പതിവു കാഴ്ചയായിരുന്നു. മാസാവസാനം രാജൻ ചേട്ടന്റെ അച്ഛൻ പറ്റ് തീർക്കാൻ ഹോട്ടലുകൾ കയറി ഇറങ്ങുന്ന കഥകൾ പറഞ്ഞു കേട്ടിട്ടുണ്ട്. എന്തായാലും വിഷയം ഭക്ഷണവും വിശപ്പും ആയതിനാൽ എന്നെ രാജൻ ചേട്ടനുമായി താരതമ്യം ചെയ്തു ചിരിക്കാൻ അമ്മയും ഇക്കുവും അത്യുൽസാഹം കാണിച്ചിരുന്നു എന്ന് തെല്ല് നീരസത്തോടെ ഓർക്കുന്നു. അവർക്ക് കളിയാക്കാൻ വേറെ വിഷയം ഒന്നും കിട്ടാത്ത പോലെ.

വീണ്ടും എന്റെ മനസ്സ് ഒക്കലിൽ എത്തി. മറ്റമ്മാമ്മയും അപ്പൂപ്പനും അവരുടെ കുട്ടിക്കളികളും അപ്പൂപ്പനു കണ്ണുകാണില്ല. മറ്റമ്മാമ്മയ്ക്ക് ചെവിയും കേൾക്കില്ല. അപ്പോൾ പിന്നെ അവർ തമ്മിലുള്ള പൊരുത്തം എങ്ങനെയായിരുന്നു എന്ന് പറയേണ്ടല്ലോ. അപ്പൂപ്പൻ

ശാന്തസ്വഭാവക്കാരനായിരുന്നു. കൃത്യസമയത്ത് ഭക്ഷണം കഴിക്കാൻ വടി കുത്തിപ്പിടിച്ച് ഊണ് മേശക്കരികിൽ എത്തും. അപ്പപ്പന്റെ കസേരയുടെ സ്ഥാനം കൃത്യമായി അറിയാം. വാതിൽപ്പടികളുള്ള വീട്ടിൽ ഒട്ടും തട്ടിത്തടയാതെ വടി കുത്തി പിടിച്ച നടക്കും. തൊണ്ണൂറ്റി ഏഴ് വയസ്സുരെ പറയത്തക്ക യാതൊരു അസുഖങ്ങൾ ഒന്നുമില്ലാതെ ജീവിച്ചിരുന്നതിന് പിന്നിൽ എന്നും കഴിക്കുന്ന 'കറുപ്പ്' എന്ന ഒറ്റമൂലി യുടെ കഥയുണ്ട്.

കറുപ്പ് - പണ്ട് ഗവൺമെന്റ് വഴി വളരെ നിയന്ത്രിത അളവിൽ വിതരണം ചെയ്തിരുന്ന ഒരു മരുന്നാണത്രേ. കടുക് വലുപ്പത്തിലേ ദിവസവും കഴിക്കാൻ പാടുള്ളൂ, കാഞ്ഞിരക്കുരുവിന്റെ കയ്പ്പും. പണ്ടത്തെ കഞ്ചാവാണോ ഇതെന്ന സംശയം ഇല്ലാതില്ല.

മറ്റമ്മാമ്മയുടെ ലീലാവിലാസങ്ങൾ ഒരുപാടുണ്ട്. ലോകത്ത് പേടിയുള്ള ഒരേ ഒരാൾ അച്ഛാച്ചൻ ആണ്. വയ്യാത്ത കാരണം ഒരു സ്ഥലത്ത് അടങ്ങി ഇരിക്കണമെന്നാണ് അച്ഛാച്ചന്റെ ഉത്തരവ്. അച്ഛാച്ചൻ പുറത്തു പോകുന്ന തക്കം നോക്കി അടുക്കളയിലും കിഴക്കേ ഇറയത്തും പാഞ്ഞെത്തും. അവിടെ നടക്കുന്ന സംഭവവികാസങ്ങൾ എല്ലാം ഒന്ന് അറിഞ്ഞിരിക്കണമല്ലോ. പോകുന്ന വഴി ഊണുമേശയിൽ എന്തെങ്കിലും മൂടി വച്ചിട്ടുണ്ടെങ്കിൽ ഒന്നു പരതും. എന്നാൽ മുട്ടിപ്പാലത്ത് നിന്നു അച്ഛാച്ചന്റെ മോട്ടോർ സൈക്കിളിന്റെ പട പടാശബ്ദം കേട്ടാൽ ആൾ വളരെ നല്ല കുട്ടിയായി കട്ടിലിൽ വന്നിരിക്കുന്നത് കാണാം.

പിന്നെ ഇടയ്ക്കിടക്ക് ഉണ്ടാകുന്ന വയറ്റിലെ സംഭ്രമം അമ്മായിയുടെ ജെംസ് മരുന്ന് പ്രയോഗത്തിൽ പമ്പകടക്കും. 'എടിയേ, ആ ഗുളിക അങ്ങോട്ട് ഇറക്കിയതും വയറ്റിലെ ഉരുണ്ടുകയറ്റം പെട്ടെന്ന് പോയി'. ഇപ്പോഴത്തെ മിടുക്കൻ ഡോക്ടർമാർക്ക് പോലും അറിയാത്ത ജെംസ് ഗുളിക മാജിക് അമ്മായിയുടെ സ്വന്തം സൃഷ്ടി.

വയസ്സാകുമ്പോൾ നമ്മൾ വയറ് അറിയാതെ ഭക്ഷണം കഴിക്കുമ ത്രെ. ഇനി മറ്റമ്മാമ്മയുടെ ചോറൂണ് കഥ. വയ്യാതായപ്പോൾ ഊൺ മേശയിലോട്ടുള്ള പോക്ക് നിർത്തി. കട്ടിലിനരികെ ഒരു കൊച്ചു സ്റ്റൂളിട്ട് അതിൽ പാത്രം വച്ചാണ് കഴിക്കുന്നത്. ആര് അത് വഴി കടന്നുപോയാ ലും 'എടിയേ, ഒരു മണി ചോറ് ഇങ്ങോട്ട് ഇട്ടേച്ച് പോ' എന്നു പറയും. ചോറ് കൊടുത്താൽ ലേശം ചാറു കൂടി ഒഴിക്കൂ എന്നാകും പിന്നെ പറയേ ണ്ടല്ലോ ചോറൂണ് അങ്ങനെ നീണ്ടുപോകും.

അടുത്ത പരിപാടി തെക്കെ ഇറയത്തേയ്ക്കുള്ള പോക്കാണ്. മൂത്രമൊഴി ക്കാനാണത്രേ. അവിടെ ചെന്ന് മുണ്ട് അഴിച്ചിട്ട് നിൽപാണ്. ഇതിനൊരു

തടയിടാൻ തെക്കെ വാതിൽ സാക്ഷയിട്ട് അടച്ചാലോ, വലിയ വായിൽ ബഹളം തുടങ്ങും. വഴിയെ പോകുന്ന നാട്ടുകാർക്ക് പറയാനൊരു വിഷയം.'പാവം അമ്മൂമ്മ! വയസ്സാം കാലത്ത് അടച്ചിട്ടിരിക്കുകയാണോ ആവോ'. മുണ്ടുരിയൽ നാടകം അവസാനിപ്പിക്കാൻ ഒരിക്കൽ നൈറ്റി ഇടീപ്പിച്ച നോക്കിയതിന്റെ അങ്കം പറയുകയേ വേണ്ട.

ഒന്നും പറഞ്ഞു ചിരിക്കുന്നില്ല. നമ്മുടെ വയസ്സാംകാലം എങ്ങനെയാകുമോ ആവോ?

അപ്പൂപ്പനേയും അമ്മൂമ്മയെയും തെക്കെപറമ്പിൽ ആണ് ദഹിപ്പിച്ചത്. അതിനുശേഷം തെക്കെ ഇറയം എനിക്ക് പേടിയാണ്. രാത്രി ആ ഭാഗത്തേക്ക് പോകാൻ ഇപ്പോഴും കൂട്ടുവേണം. അപ്പൂപ്പനും മറ്റമ്മാമ്മയും അവിടെ നടക്കുന്നുണ്ടെന്നൊരു തോന്നൽ.

എന്റെ ചുറ്റുമുള്ള ലോകം ആകെ മാറി. നീണ്ടുകിടക്കുന്ന പച്ചപ്പ നിറഞ്ഞ ഇടവഴികൾ, പുതിയ മുഖങ്ങൾ, ചിരികൾ ഞാൻ മുന്നോട്ട് നടന്നു തുടങ്ങി. അറിയാതെ ഇടക്ക് ഒന്ന് തിരിഞ്ഞുനോക്കി. ആരേയും കാണുന്നില്ല. മങ്ങി മറയുന്ന നിഴലുകൾ.

കറുപ്പ് വെളുപ്പ്

ജീവിതയാത്ര.

മാലപടക്കം

നാളെ എന്തായാലും അമ്പലത്തിൽ പോകണം എന്ന് മനസ്സിൽ വിചാരിച്ചു. വെളുപ്പിന് എഴുന്നേൽക്കണം. ഫോണിൽ അലാറം വയ്ക്കാൻ നോക്കിയപ്പോൾ അത് ചത്തു കിടക്കുന്നു. ചാർജ്ജ് ആയി വരുമ്പോഴേക്കും ഉറങ്ങിപ്പോകും. വെളുപ്പിന് മൂന്നുമണിക്ക് അമ്പലത്തിൽ നിന്ന് വെടിയൊച്ച കേൾക്കാറുള്ള കാര്യം ഓർത്തു. ഇടക്ക് എപ്പോഴോ സമയം നോക്കിയപ്പോൾ രണ്ടു മണി. എന്നാൽ പിന്നെ ദേവിയെ ഉണർത്തുന്ന വെടിക്കൊപ്പം ഉണരാമെന്ന് വച്ച് കാതോർത്ത് കിടന്നു. കൃത്യം മൂന്നുമണി. ദേവിയും ഞാനും അന്ന് ഒരുമിച്ച് എഴുന്നേറ്റു.

നേരം കളയാതെ കുളിച്ച് അമ്പലത്തിലെത്തി. അമ്പലപ്പറമ്പിൽ താലപ്പൊലിയുടെ ഒരുക്കങ്ങൾ തുടങ്ങിയിട്ടുണ്ട്. പതിവുകാരെല്ലാം അതിരാവിലെ തന്നെ തൊഴാൻ വരും. പ്രദക്ഷിണം വച്ചു കഴിഞ്ഞപ്പോഴേക്കും ആദ്യത്തെ ബസ് വന്നു. ഇനി പതിയെ തിരക്ക് തുടങ്ങും. ദൂരദേശക്കാർ ദേവിയെ കാണാനെത്തുന്ന സമയം. വെടിപ്പുരവഴി തിരികെ വീട്ടിലേയ്ക്ക് നടന്നു. അവിടെ വഴിപാടിനുള്ള കതിന നിറയ്ക്കുന്നു. മീശമാധവനിലെ പട്ടാളക്കാരനെ ഓർത്ത് ചിരിച്ചു പോയി.

നാലാം താലപ്പൊലി ദിവസം. വെടിക്കെട്ടു കാണാൻ ഉച്ചയ്ക്ക് തന്നെ ഇറങ്ങി. നമ്മുടെ ആരതി ഹോട്ടലിന്റെ മുകളിൽ എല്ലാ കൊല്ലവും ഒരു മൂന്നു മൂന്നരയ്ക്ക് തന്നെ കയറി പറ്റും. അവിടെ നിന്നാൽ അമ്പലപ്പറമ്പ് ശരിക്കും കാണാം. എല്ലാവരും ആവേശത്തിലാണ്. ചൂട് വടയും ചായയും കുടിച്ച് സൊറ പറഞ്ഞ് തിക്കി തിരക്കി നിന്ന് വെടിക്കെട്ട് കാണുന്നതിന്റെ സുഖം ഒന്നു വേറെ തന്നെയാണ്. കൃത്യം ആറരയ്ക്ക് തന്നെ

ആദ്യ കതിനവെടി മുഴങ്ങി. തൃശ്ശൂർപ്പൂര വെടിക്കെട്ടിനടുത്തെത്തുമോ എന്നൊന്നും അന്ന് ചിന്തിച്ചിട്ടില്ല. കൊടുങ്ങല്ലൂർക്കാരുടെ മനസ്സിൽ ഒരു കൊല്ലം മുഴുവൻ ഓർത്തിരിക്കാൻ ഭഗവതി ആകാശത്ത് പൂത്തിരി കത്തിച്ചു.

പിറ്റെ കൊല്ലം പത്താം ക്ലാസ്സ് എന്ന പേരും പറഞ്ഞ് വെടിക്കെട്ട് കാണാൻ അമ്മ വിട്ടില്ല. വെടിക്കെട്ട് നടക്കുമ്പോൾ പുസ്തകം തുറന്ന് വച്ച്

ചുമരിലേക്ക് നോക്കിയിരുന്നു. അന്ന് മനപ്പൂർവ്വം ഒന്നും പഠിച്ചില്ല. പിന്നെ ഒരിക്കലും താലപ്പൊലി വെടിക്കെട്ട് കണ്ട ഓർമ്മയില്ല.

വിഷുക്കാലത്താണല്ലോ പടക്കകടകൾ പൊങ്ങി വരിക. കാലടിയിൽ അമ്മയുടെ വീട്ടിൽ വേനലവധിക്ക് പോകാറുണ്ട്. വിഷു ആകുമ്പോൾ അച്ചാച്ചനും മാമനും കമ്പിത്തിരി, പൂത്തിരി, ചക്രം, ഓലപടക്കം അങ്ങനെ പലതരം വാങ്ങികൊണ്ട് വരും. ചെറിയ കളിത്തോക്കിന്റെ ഉള്ളിൽ ചുരുട്ടി വച്ച് പൊട്ടാസ് പൊട്ടിക്കൽ ഒരു രസമായിരുന്നു. ഉണക്കാനിട്ടിരിക്കുന്ന നെല്ല് തിന്നാൻ വരുന്ന കാക്കയെ ഓടിക്കാൻ വിഷുക്കാലം കഴിഞ്ഞാലും പൊട്ടാസ് സൂക്ഷിച്ചു വയ്ക്കാറുണ്ട്.

വിഷുപടക്കങ്ങൾക്കും പൂത്തിരികൾക്കും കൊല്ലം ചെല്ലുന്തോറും വില കുതിച്ചു കയറി. എന്നെ അത് തെല്ല് അസ്വസ്ഥയാക്കിയിരുന്നു എന്ന് തോന്നുന്നു. കാശുള്ളവരുടെ ആഘോഷമായി മാറിയ വിഷു പടക്കങ്ങൾ. തൊട്ടപ്പുറത്ത് വലിയ വീട്ടിൽ കമ്പിത്തിരി പൂത്തിരി കത്തുമ്പോൾ അതൊന്നും കേൾക്കാനോ കാണാനോ ഇഷ്ടമില്ലെന്ന് മനസ്സിനെ മനപ്പൂർവ്വം പഠിപ്പിക്കാൻ ശ്രമിക്കുന്ന പിഞ്ചുമനസ്സുകളെ ഞാൻ കണ്ടുമുട്ടി. എന്റെ വിഷുക്കാല ചിത്രങ്ങൾക്ക് അവ മങ്ങലേൽപ്പിച്ചു. കുറെ വർഷങ്ങൾ ഉൽസവ കാഴ്ചകളിൽ നിന്നും ഞാൻ അകന്നു. വെടിക്കെട്ടുകളോ കമ്പിത്തിരികളോ, വെടിവഴിപാടുകളോ ശ്രദ്ധിക്കാതെ നടന്ന നാളുകൾ.

പിന്നെ ശബ്ദമില്ലാത്ത ചൈനീസ് പടക്കങ്ങളുടെ വരവായല്ലോ. ഗിന്നസ്സ് റെക്കോർഡ് വെടിക്കെട്ട് കാണാൻ ദുബായ് ബീച്ചിൽ കാത്തിരുന്നത് ഓർമ്മ വരുന്നു. ഒരറ്റത്ത് നിന്ന് തുടങ്ങി കിലോമീറ്ററോളം ആകാശത്ത് വർണ്ണ വിസ്മയം. ആവേശത്തോടെ എല്ലാവരും ആർത്തു വിളിച്ചു. എന്റെ മനസ്സ് അപ്പോഴും പണ്ടത്തെ വിഷുക്കാലത്തെ ചുറ്റിപറ്റി അലഞ്ഞിരുന്നോ എന്നറിയില്ല. മിനിറ്റുകൾ മാത്രം ശേഷിച്ച വെടിക്കെട്ടുൽസവത്തിനു ചിലവാക്കിയിട്ടുണ്ടാകാമായിരുന്ന കോടികളെ പറ്റി ഞാൻ ചിന്തിച്ചു പോയി.

ഇക്കൊല്ലം ദീപാവലി ബാംഗ്ലൂരിൽ ആയിരുന്നു. ആദ്യമായിട്ടാണ് ദീപാവലി ആഘോഷം ഇത്ര അടുത്ത് കാണുന്നത്. എല്ലാ വീടുകളും വഴികളും ദീപപ്രഭ ചൊരിയുന്നു. വഴിവക്കിൽ പടക്കകടകളുടെ നീണ്ടനിര അത്ഭുതത്തോടെ നോക്കിനടന്നു. ഇവയെല്ലാം വിറ്റു തീരുമൊ? മുൻപ് ദീപാവലി സമയത്ത് ദുബായിലെ മീനബസാറിലൂടെ നടന്നപ്പൊൾ 'പഠാക്ക ചാഹിയേ' എന്ന് രഹസ്യമായി ചോദിച്ച ചെറുപ്പക്കാർ ഇതൊക്കെ കാണണം. അവിടെ അത് നിയമവിരുദധമാണ്. ഇവിടെ നിയമം ഉണ്ടോ ആവോ. ഇനി അഥവാ ഉണ്ടെങ്കിൽ തന്നെ ദീപാവലിക്ക് പടക്ക കടകൾ പൊങ്ങി വരാതിരിക്കുമൊ.

‘നമ്മുടെ നാട്ടും നാട്ടുകാരും ഉൽസവങ്ങളും’

പെട്ടന്ന് ആകാശത്ത് ഒരു പൂവിരിഞ്ഞു ഒന്നല്ല പിന്നേയും പിന്നേയും പല നിറങ്ങളിൽ നോക്കിയപ്പോൾ കുട്ടിപട്ടാളം അത്യാവേശത്തിലാണ്. ഒരു ഇടുങ്ങിയ വഴിയിൽ നിന്ന് പടക്കം കത്തിച്ചുവിടുകയാണ്. കാലം ഒരുപാട് മാറി. പണ്ടു താലപ്പൊലി വെടിക്കെട്ടു കാണാൻ ഒരു വർഷം നീണ്ട കാത്തിരിപ്പ്. അതും അമ്പലപറമ്പിലെ വെടിക്കെട്ടു പുരയ്ക്കടുത്ത് കതിന നിറച്ച് തീ കൊടുക്കുന്ന കാഴ്ചകൾ. രാത്രിയായപ്പോൾ എങ്ങും പടക്കം പൊട്ടുന്ന ശബ്ദം മാത്രം. രാത്രിയെ പകലാക്കുന്ന വർണ്ണ വിസ്മയം മാനം നിറഞ്ഞു. ദീപാവലി അങ്ങനെ പൊടിപൊടിച്ചു.

ശബ്ദ വായു മലിനീകരണത്തെ കുറിച്ചുള്ള ലേഖന പരമ്പര അടുത്ത ദിവസത്തെ പത്രത്തിൽ ആദ്യത്തെ പേജിൽ തന്നെ സ്ഥാനം പിടിച്ചു. ഇനി കുറച്ചു നാളത്തേയ്ക്ക് ചർച്ചയ്ക്കും സമരത്തിനുമുള്ള വെടി മരുന്ന്. ആരുടെ കണ്ണു തുറപ്പിക്കാനാണെന്ന് അറിയില്ല. ഭഗവതി ഇനി കതിന കേട്ടുണരണോ അതൊ അലാറം വച്ച് എണീക്കണോ എന്ന് ഇന്നത്തെ ന്യൂസ് അവറിൽ വിരുതന്മാർ പ്രഖ്യാപിക്കുമായിരിക്കും.

ബാക്കി വന്ന മാലപടക്കം ഈ വാർത്ത വന്ന പത്രത്തിൽ തന്നെ പൊതിഞ്ഞ് അവിടെ കളിച്ചു നടന്ന ആ കൊച്ചു പയ്യന് കൊടുത്ത് അടുത്ത ഉൽസവ പറമ്പിലേക്ക് അയാൾ നടന്നു.

ശുഭം.

നവരസങ്ങൾ

കഥയിലെ സംഭവങ്ങളും കഥാപാത്രങ്ങളും തികച്ചും സാങ്കൽപി കമെന്ന ക്ലീഷേ വാചകത്തൊടെ ആരംഭിക്കാമെന്ന് മനസിൽ കരുതി നടക്കാൻ തുടങ്ങിട്ട് ദിവസം കുറച്ചായി. കള്ളത്തരം പിടിക്ക പ്പെട്ടുമോ എന്ന വേവലാതി ഇല്ലാതില്ല. എങ്കിലും മനസ്സിനെ നിയന്ത്രി ക്കാൻ പറ്റുന്നില്ല.

അദ്ധ്യായം ഒന്ന് - അത്ഭുതം

പ്രവചനങ്ങൾക്കതീതമായി നിറം മാറുന്ന മനുഷ്യർ തന്നെയാണ് ഓന്തുകളേക്കാൾ അത്ഭുതജീവികൾ. രാഷ്ട്രീയക്കാരാണ് മനസ്സിലേയ്ക്ക് വരുന്നതെങ്കിൽ ഒരു നിമിഷം. മരുന്നിനും നമ്മുടെ വീട്ടിലുമില്ലേ ഖദറി ട്ടില്ലെങ്കിലും പയറ്റി തെളിഞ്ഞ നല്ല അസ്സൽ രാഷ്ട്രീയക്കാർ.

മരണവീടാണ് രംഗം. നാട്ടിലെ പ്രമുഖനാണ് 'അന്തരിച്ചത്'. അന്ത്യോപചാരം അർപ്പിക്കാൻ ജനപ്രവാഹം. എന്തോ കാര്യത്തിനു നാട്ടിലെത്തിയ എനിക്കും അവിടെ മുഖം കാണിക്കേണ്ടി വന്നു. പ്രായമായ മനുഷ്യൻ. സ്വപ്രയത്നം കൊണ്ട് ബിസിനസ്സ് സാമ്രാജ്യം പണിതുയർത്തിയ വ്യക്തിയാണ്. എല്ലാം കൊണ്ടും തൃപ്തിയണഞ്ഞ ജീവിതം. സ്വസ്ഥമായ മരണം. ദുഃഖം തളംതട്ടിനിൽക്കുന്ന അന്തരീക്ഷം ഭാര്യയും മക്കളും ശാന്തരായിരിക്കുന്നു. ഒരുകൂട്ടകരച്ചിലിനു പ്രസക്തിയുണ്ടെന്ന് എനിക്കും തോന്നിയില്ല.

ഇടക്കിടെയുള്ള ഓന്തുകളുടെ രംഗപ്രവേശം കണ്ടു ചിരിയടക്കാൻ ഞാൻ കുറെ പാടുപെട്ടു. പൊട്ടിക്കരച്ചിലിന്റെ വക്കോളം എത്തി നിൽക്കുന്ന മുഖഭാവത്തോടെ ഭാര്യയുടെയും മക്കളുടെയും അടുത്തു ചെന്നു ശോകപ്രകടനം. എന്നാൽ ആ മുറിക്ക് പുറത്തു കടന്നാലോ കൂടിനിൽക്കുന്നവരുമായി കുശലപ്രശ്നവും, പരദൂഷണവും, അടക്കിപിടിച്ച ചിരിയും. നമ്മുടെ ഇടയിൽ വിലസുന്ന ഈ ഓന്തു മനുഷ്യർ അത്ഭുത ജീവികൾ തന്നെയാണ്.

ഈ ഗണത്തിൽപെട്ട വേറൊരു കൂട്ടരുണ്ട്. നിന്ന നിൽപ്പിൽ വാക്കുകൾ മാറ്റി മറിച്ച് നീട്ടിക്കുറിച്ച് നമ്മൾ പറഞ്ഞ കാര്യങ്ങൾ

വിദഗ്ദമായി മറ്റൊരു രൂപത്തിൽ അവതരിപ്പിക്കുന്ന മിടുക്കർ. ചെറുപ്പത്തിൽ സ്കൂളിൽ ഒരു കളിയുണ്ടായിരുന്നു. ഒരാളുടെ ചെവിയിൽ ഒരു വാക്ക് രഹസ്യമായി പറയും, കേൾക്കുന്നയാൾ അടുത്തയാളുടെ ചെവിയിൽ പറയണം. അങ്ങനെ ചെവികൾ കൈമാറി അവസാനത്തെ ആൾ പറയുന്ന വാക്കും ആദ്യത്തെ വാക്കും തമ്മിൽ കടലും കപ്പലണ്ടിയും പോലുള്ള ബന്ധമായിരിക്കും.

ഒറ്റ ചെവിയിലൂടെ മായാജാലകഥകൾ സൃഷ്ടിക്കുന്ന ബന്ധുവിന്റെ ലീലാവിലാസങ്ങൾ ഓർക്കാതെ വയ്യ. അറിഞ്ഞില്ലേ പടിഞ്ഞാറയിലെ പട്ടിയെ കാണാനില്ല എന്നു പറഞ്ഞായിരിക്കും സംസാരം തുടങ്ങുക. നമ്മൾ എന്തു പറ്റിയാവോ എന്നെങ്ങാനും ചോദിച്ചു പോയാൽ അടുത്ത ദിവസം കേൾക്കാം പട്ടിയെ ഞാൻ നാടുകടത്തി എന്ന്. ആ പട്ടിയെ ഒരിക്കൽപോലും കണ്ടിട്ടില്ലാത്ത എന്റെ അവസ്ഥ! അത്ഭുതജീവികളുടെ പട്ടികയിൽ ഇത്തരം ബന്ധുക്കളെ അത്യുൽസാഹത്തോടെ തിരുകി കയറ്റി.

അദ്ധ്യായം രണ്ട് - ഭയാനകം

ഭയാനകം എന്ന പേരിട്ട് ഞാൻ വിളിക്കുന്ന ഓർമ്മചിത്രങ്ങളിലൂടെ.

അമ്മയുടെ വീട്ടിൽ വേനലവധിക്കു പോകുമ്പോൾ അച്ഛാച്ചൻ മാവിൻ കൊമ്പത്ത് ഊഞ്ഞാൽ കെട്ടിയിട്ടുണ്ടാകും. ഞാനും അവനും വാദിച്ച് ഊഞ്ഞാലാടിയിട്ടുണ്ട് എന്നാലും മുകളിലേയ്ക്ക് പോകുമ്പോൾ എന്റെ തലയ്ക്കകത്ത് ഒരു മൂളൽ ആണ്. ഇനി അത് വഴി ആകാശത്തേയ്ക്ക് പോയാലോ എന്നൊരു തോന്നൽ പെട്ടെന്ന് വരും. പതിയെ പതിയെ

ഊഞ്ഞാലാട്ടത്തിൽ നിന്ന് ഞാൻ പിന്മാറി. കുറച്ചു കാലം കൂടി ഇവിടെ ജീവിക്കണ്ടേ!

ഇരുട്ടിനെ പേടിയുള്ളവരുടെ കൂട്ടത്തിൽ എന്റെ പേര് സ്വർണ്ണലിപി കളിൽ എഴുതി ചേർക്കാം. ഈ ജന്മത്ത് രാത്രിയിൽ ധൈര്യത്തോടെ ജനാലയ്ക്കരികിലേയ്ക്ക് പോകാനോ അതിലൂടെ പുറത്ത് നോക്കി കട്ടിലിൽ കിടന്ന് നിലാവും നക്ഷത്രങ്ങളും ആസ്വദിക്കാനോ എനിക്ക് പറ്റുമെന്ന് തോന്നുന്നില്ല. ഇനി അറിയാതെ ജനൽ തുറന്ന് പോയാലോ പിറ്റേന്ന് കയ്യിലും കാലിലും കറുത്തചരട് ജപിച്ച് കെട്ടേണ്ടി വരും, ഉറപ്പ്!

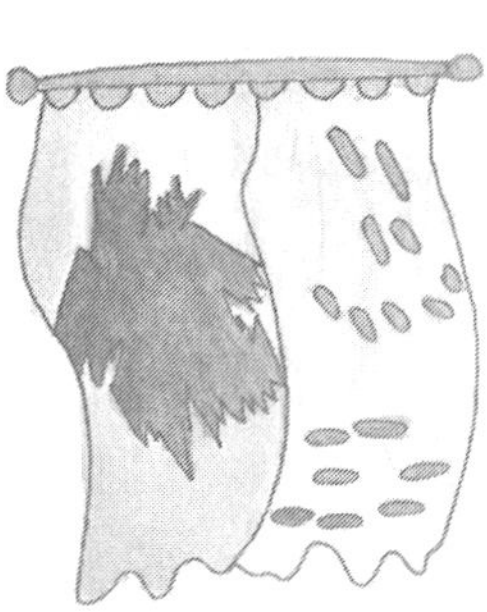

ഇരുട്ടും, ചീവീടിന്റെ മൂളലും, ജനാലയിൽ തെളിയുന്ന നിഴലുകളും, പിന്നെ എവിടെ നിന്നോ കേൾക്കുന്ന രാത്രിപക്ഷികളുടെ ചിലയും, പട്ടിയുടെ കുരയും എന്നുവേണ്ട പൊടിപ്പും തൊങ്ങലുംവച്ച് പറഞ്ഞു കേട്ടിട്ടുള്ള യക്ഷികഥകളും എന്റെ രാത്രി കൾ ആകെ സംഭവബഹുലമാക്കിയിരു ന്നു. ഇതൊന്നും ശ്രദ്ധിക്കാതെ കൂർക്കം

വലിച്ചുറങ്ങാൻ പറ്റുന്നവരെ ഓർത്തു എനിക്കെന്നും അസൂയയാണ്. ‘നിലാവിന്റെ പൂങ്കാവിൽ’ എന്നു തുടങ്ങുന്ന പഴയ സിനിമാപാട്ട് എന്നെ പേടിപ്പിക്കാൻ അവൻ ജനാലയ്ക്കരികിൽ നിന്നുപാടുന്നതും, അവന്റെ പാട്ടും നിഴലും കണ്ടുപേടിച്ച് അലറിക്കരഞ്ഞ ചരിത്രവും എനിക്കുണ്ട്. ഇപ്പോഴും സിനിമകാണുമ്പോൾ ഭയാനകരംഗങ്ങൾ കണ്ണും കാതും പൊത്തിയിരുന്ന് ആസ്വദിക്കുന്നത് കണ്ട് മോൻ കളിയാക്കി ചിരിക്കും.

മഴക്കാലമായാൽ പിന്നെ ഇടിവെട്ടും മിന്നലും വരവായി. പേടിക്കണ്ട എന്ന് മനസ്സിനെ പറഞ്ഞ് പഠിപ്പിച്ചാലും മുറിയുടെ മൂലയിൽ ഞാൻ ഓടിപ്പോയി ചുരുണ്ടു കൂടും.

രാത്രി വൈകിയും അമ്മൂന്റെ മുറിയിൽ ലൈറ്റ് കണ്ടല്ലോ?പഠിക്കുകയായിരുന്നു അല്ലേ എന്ന് അയൽപക്കത്തെ അമ്മൂമ്മ ചോദിച്ചപ്പോൾ

ഇളിഭ്യതയോടെ അതെ എന്ന് പറഞ്ഞിട്ടുണ്ട്. അമ്മൂമ്മയ്ക്കറിയില്ലല്ലോ ട്യൂബ് ലൈറ്റ് ഇട്ടാണ് രാത്രി ഉറങ്ങുക എന്ന്. ആ ശീലം ഇപ്പോഴും എന്റെ കൂടെയുണ്ട് എന്നും തെല്ല് ഇളിഭ്യതയോടെ തന്നെ കുറിക്കുന്നു.

ഒരിക്കൽ വാട്ടർ തീം പാർക്കിൽ പോയപ്പോൾ അവിടത്തെ ഏറ്റവും നിസ്സാരമെന്ന് മോൻ അവകാശപ്പെട്ട ഒരു റൈഡിൽ എന്നെ നിർബ ന്ധപൂർവ്വം വലിച്ചു കയറ്റി. എന്റെ അലറിക്കരച്ചിൽ കണ്ട് ഞെട്ടിത്ത രിച്ച സായിപ്പ് കുടുംബത്തിന്റെ നോട്ടത്തോടെ ഭയാനകചിത്രങ്ങൾക്ക് തൽക്കാലം വിരാമമിടുന്നു.

അടിക്കുറിപ്പ് : എന്റെ സ്വഭാവം വച്ച് അദ്ധ്യായം നീണ്ടകഥ ആയി പോകും.

അദ്ധ്യായം മൂന്ന് - ശൃംഗാരം

ഞാൻ കണ്ട മുഖങ്ങളിൽ മിന്നി മറഞ്ഞ ശൃംഗാരത്തിന്റെ ഏറ്റകുറ ച്ചിലിലൂടെ ഒരു സഞ്ചാരം. എന്നാൽ ശൃംഗാരം നിങ്ങൾ വിചാരിക്കുന്ന നിറങ്ങളിൽ ആണോ ഞാൻ കാണുന്നതെന്ന് വഴിയേ അറിയാം എന്ന മുഖവുരയോടെ.

ഓരോ വ്യക്തിയ്ക്കും മനസ്സിന് സന്തോഷം തരുന്ന കാര്യങ്ങൾ പലതാണ് എന്നാണല്ലോ പറയപ്പെടുന്നത്. എന്റെ കാര്യത്തിൽ മനസ്സിനെ സന്തോഷിപ്പിക്കാൻ കണ്ടെത്തിയ എളുപ്പവഴിയാണ് കടകൾ. എനിക്ക് കടകളിൽ പോകുവാൻ വല്ല്യ ഇഷ്ടമാണ്, പ്രത്യേകിച്ചും

തുണിക്കടകൾ കണ്ടും തൊട്ടുനോക്കിയും നടക്കാൻ. എപ്പോഴും വാങ്ങണമെന്നില്ല പലതരം തുണികൾ, ഉടുപ്പുകൾ, സാരികൾ അവയുടെ നിറങ്ങൾ പൂക്കൾ എല്ലാം കാണുമ്പോൾ ഇഷ്ടം. മനസ്സിനെ കടിഞ്ഞാണിടാതെ വിട്ടയക്കാമല്ലോ. എന്നാൽ കൂട്ടിന് റീമയുണ്ടെങ്കിൽ സന്തോഷം നൂറിരട്ടി എന്ന ചെറിയ വരി കൂടി ചേർക്കുന്നു. ചുരുക്കി പറഞ്ഞാൽ തുണികളോട് ശൃംഗരിക്കാൻ എനിക്ക് പെരുത്തിഷ്ടം.

ചില മഹാന്മാരിലേയ്ക്ക്.

അയാളുടെ കണ്ണുകളിൽ തെളിയുന്ന ശൃംഗാരം കണ്ട് ഞാൻ ചിരി അടക്കി. തുണിക്കടയിൽ ഭാര്യയുടെ പിന്നാലെ കൂടി അത്യുത്സാഹത്തോടെ സ്വന്തം ഇഷ്ടത്തിലുള്ളത് അടിച്ചേൽപ്പിക്കുന്നു. പാവം ഭാര്യ അവളുടെ ഇഷ്ടം കാറ്റിൽ പറന്നകന്നു. എന്നാൽ ഈ വിദ്വാൻ സ്വന്തം ഉടുപ്പ് അവനവന്റെ ഇഷ്ടത്തിനല്ലേ ഗമയോടെ എടുത്തിരിക്കുന്നത്. എന്നെ സ്ത്രീ സ്വാതന്ത്ര്യവാദി ആക്കി മുദ്രകുത്തിയാലും കുഴപ്പമില്ല. എനിക്ക് ഒട്ടും ഇഷ്ടമില്ലാത്ത കാര്യമാണ് സ്വന്തം വസ്ത്ര സ്വാതന്ത്ര്യത്തിലുള്ള ഈ

കടന്നു കയറ്റം. എന്നെ പേടിച്ചിട്ടാണോ അതോ പറഞ്ഞാൽ ഞാൻ കേൾക്കില്ല എന്നുറപ്പുള്ളത് കൊണ്ടാണോ എന്നറിയില്ല എന്റെ കൂടെയുള്ള രണ്ടുപേരും ഈ അദ്ധ്യായത്തിലേക്ക് തിരിഞ്ഞു നോക്കാറില്ല.

ലോകം മുഴുവൻ സ്വന്തം ഇഷ്ടത്തിനു കറങ്ങി നടന്നു പിന്നീട് ഭാര്യയെ കാണുമ്പോൾ ശൃംഗാരത്തിന്റെ മേലങ്കി അണിഞ്ഞു വിലസുന്നവനും, നല്ലൊരു പാവം ഭാര്യയുണ്ടായിട്ടും കല്ല്യാണ വീടുകളിലും, വിരുന്നു സൽക്കാരങ്ങളിലും ബന്ധുക്കളുടെ അടുത്ത് കുശലപ്രശ്നത്തിനെന്നുള്ള വ്യാജേന ഒന്നു തൊട്ടുതലോടി ശൃംഗരിക്കുന്ന ആ മാന്യദേഹത്തിനും ഈ വേളയിൽ ഒരു മുന്നറിയിപ്പ്. നിങ്ങൾ പൊട്ടകിണറ്റിലെ തവളകൾ ആണെന്ന് ലോകം അറിയുന്നു. അത്തരം ശൃംഗാരികളെ ഞാൻ എന്റെ മനസ്സിൽ നിന്നും തുടച്ചു നീക്കി.

ഇന്നൊരു മുട്ട ബിരിയാണി കഴിച്ചു. ബിരിയാണിയോടും അത് വച്ച ആളിനോടും പെരുത്ത് സ്നേഹം ഒപ്പം വയറ് നിറയെ സന്തോഷം.

അപ്പോൾ ബിരിയാണിയോട് തോന്നിയത് ശൃംഗാരം!

അദ്ധ്യായം നാല് - ബീഭൽസം

ബീഭൽസം അഥവാ അവജ്ഞ, വെറുപ്പ്

മറ്റുള്ളവരുടെ കഴിവുകളെ അംഗീകരിക്കാൻ ചില കൂട്ടർക്ക് നല്ല മടിയാണ്. സ്വയം തലയിൽ കയറ്റി വച്ചിരിക്കുന്ന കിരീടം ആരെങ്കിലും അടിച്ചെടുത്താലോ.

ചില അടുക്കള വിശേഷങ്ങളിലേക്ക്.

കറികളുടെ എണ്ണം കൊണ്ട് അമ്മാനം ആടി കളിക്കുന്നവരെ ഞാൻ കണ്ടിട്ടുണ്ട്. ഇന്ന് അഞ്ച് തരം കറികൾ ഉണ്ടാക്കിയാൽ നാളെ ആറുതരം ആയിരിക്കും ലക്ഷ്യം. അടുക്കളയിലെ യുദ്ധപുറപ്പാട് കണ്ട് കഞ്ഞിയും പയറും കഴിച്ച് സ്വസ്ഥമായി ഉറങ്ങാമെന്ന് വിചാരിച്ച വയറുകൾ ജീവനും കൊണ്ട് ഓടാൻ തയ്യാറെടുക്കും. എങ്ങനെ രക്ഷപ്പെടാൻ ഇന്നുണ്ടാക്കിയ അഞ്ച് തരവും പിന്നെ കഴിഞ്ഞ ദിവസങ്ങളിലെ ഇനങ്ങൾ പുതിയ രൂപത്തിൽ അവതരിപ്പിച്ചും മേശപ്പുറത്ത് നിരത്തി വച്ച് ഗമയിൽ ഒരു നിൽപ്പാണ്. കറികളുടെ എണ്ണത്തിന്റേയും വർണ്ണനകളുടെയും അകമ്പടിയോടെ വിളമ്പി നിറക്കുന്നതാണ് അടുത്ത പടി. വയറുകൾ നിറഞ്ഞു പൊട്ടിക്കരയുന്ന ശബ്ദം ആരു കേൾക്കാൻ. പാത്രങ്ങളിൽ കുമിഞ്ഞു കൂടിയ കറികൾ തീരണം. അതാണ് കണക്ക്.

ഈ ഭക്ഷണമേള കഴിഞ്ഞ് പുറത്തിറങ്ങുന്ന വയറുകളുടെ ഉടമകൾക്കുള്ള സ്ഥായിഭാവം 'ബീഭൽസം'.

ഈ ഭാവം ഇതെല്ലാം വച്ചു വിളമ്പിയവർക്കും ഞാൻ കണ്ടിട്ടുണ്ട്. അത് എപ്പോളാണെന്നോ. മറ്റുള്ളവർ നല്ല വിഭവങ്ങൾ ഉണ്ടാക്കിയാൽ ഇവർ ഉണ്ടാക്കിയതിനേക്കാളും നല്ലതെന്ന് ആരെങ്കിലും അഭിപ്രായപ്പെട്ടാൽ ഉടനെ മുഖത്ത് തെളിഞ്ഞു വരും 'ബീഭൽസം'.

അദ്ധ്യായം അഞ്ച് - കരുണം

എന്റേയും അവന്റേയും തല്ലുപിടുത്തം നാട്ടിൽ തരക്കേടില്ലാത്ത രീതിയിൽ (കു)പ്രസിദ്ധിയാർജിച്ചിരുന്ന കാലം. ഞങ്ങൾക്ക് സ്കൂളില്ലാതിരിക്കുകയും എന്നാൽ അച്ഛനും അമ്മയ്ക്കും കോളേജിൽ പോകേണ്ടി വരുന്ന ദിവസങ്ങൾ. രാവിലെ ഉപദേശ പെരുമഴയായിരിക്കും. വീട്ടിൽ അടങ്ങി ഒതുങ്ങി ഇരിക്കണം. നാട്ടുകാരെകൊണ്ട് പറയിപ്പിക്കരുത്. സ്കൂട്ടർ ഗെയ്റ്റ് കടന്നു പോയി എന്നുറപ്പായാൽ അവനു ഇളക്കം തുടങ്ങും.

പാവം ഞാൻ!

അവൻ കുളിമുറിയ്ക്കകത്തു കയറുമ്പോൾ ആത്മരക്ഷാർത്ഥം വാതിൽ പുറത്തു നിന്നു കുറ്റിയിടുന്ന വളരെ നിഷ്കളങ്കമായ ജോലി മാത്രമേ ഞാൻ ചെയ്യാറുള്ളൂ. യുദ്ധം മുറുകുകയായി. അവന്റെ അലർച്ചകേട്ട് സുമതി ചേച്ചിയും വൽസലമ്മാമയും ഓടിയെത്തും. അവർ രംഗം ശാന്തമാക്കി പോകുന്നതുവരെ നല്ല കുട്ടികൾ. പിന്നെ ലീലാവിലാസങ്ങൾ ആരംഭിക്കുകയായി. നാക്കിന്റെ സാമർത്ഥ്യം കൊണ്ട് എനിക്ക് എത്ര മാത്രം പിടിച്ച് നിൽക്കാൻ പറ്റും? എന്റെ ദീനരോദനം നാല് ചുമരുകൾക്കുള്ളിൽ നിമിഷനേരം കൊണ്ട് അലയടിക്കും.

അവന്റെ ചിലപ്രയോഗങ്ങൾ

മഷ്ടി ചുരുട്ടി ഇടിക്കുക - എന്റെ കൈയ്യിൽ പച്ച കുത്തിയ പോലെ ചതഞ്ഞ പാടുകൾ - സിനിമയിൽ വില്ലന്റെ മുഖത്ത് പതിയുന്ന അതേ പാടുകളെ ഓർമ്മപ്പെടുത്തി.

കുനിച്ചുനിർത്തി മുക്കുകൊണ്ട് 'ക്ഷ' വരപ്പിക്കുക. ഈശ്വരാ ഞാൻ ശരിക്കും വരച്ചിട്ടുണ്ടല്ലോ എന്നാലോചിക്കുമ്പോൾ നാണക്കേട്!

ഗുസ്തിപിടുത്തത്തിൽ ഞാൻ ജയിച്ച ചരിത്രമേയില്ല.

ഇതൊക്കെ സഹിക്കാം ഈ അങ്കത്തിൽ എല്ലാം തോറ്റതൊപ്പി യിട്ടുവന്നിരിക്കുന്ന എന്നോട് അമ്മയും പക്ഷാഭേതം കാണിച്ചിട്ടില്ലേ എന്നോർക്കുമ്പോൾ... അവനു ഇറച്ചിയോ മീനോ മുട്ടയോ ഇല്ലാതെ ചോറ് ഇറങ്ങില്ലല്ലോ. അത് എന്റെ തെറ്റാണോ? എല്ലാം അവന് നീക്കി വയ്ക്കും. എനിക്ക് ഒരു ചെറിയ കഷ്ണം കിട്ടിയാലായി. ഇനി ഒന്നുമില്ലെങ്കിൽ ഉണക്കമീൻ വാങ്ങാൻ അച്ഛനെ പറഞ്ഞയക്കുന്ന രംഗം വരെ അരങ്ങേ റാറുണ്ട്. എന്റെ ഈ സങ്കടത്തിൽ എണ്ണകോരി ഒഴിക്കാൻ ഇളയച്ഛൻ ഞാൻ ഹോസ്റ്റലിൽ നിന്നും വരുമ്പോൾ തെങ്ങിൻ ചുവട്ടിൽ മുട്ടത്തോ ടുകൾ കൊണ്ടുവന്നിട്ട് അതൊക്കെ അമ്മ പുന്നാരമോന് ഉണ്ടാക്കി കൊടുത്തതാണ് എന്ന് പറഞ്ഞ് പറ്റിച്ചിട്ടുണ്ട്.

ആ യുദ്ധം ജയിക്കാൻ ഞാൻ ചില ബ്രഹ്മാസ്ത്രങ്ങൾ കരുതിയിരുന്നു. സോക്സിൽ കരിങ്കൽ നിറച്ച് വാതിലിനു പിന്നിൽ പതിയിരിക്കുക. അച്ഛന്റെ ഷർട്ടുകൾ തൂക്കിയിട്ടിരുന്ന കമ്പി ഹാങ്ങർ (ഇപ്പോൾ കിട്ടുന്ന

പ്ളാസ്റ്റിക് ഹാങ്ങർ അല്ല)കൊണ്ട് ആക്രമിക്കുക. ഇനി ഇതൊന്നും നടന്നില്ലെങ്കിൽ 'തുപ്പുക'. അതിലും നല്ല ആയുധം ഇല്ല! എന്നാൽ എന്റെ ബ്രഹ്മാസ്ത്രങ്ങളിൽ അവൻ ലേശം പോലും കുലുങ്ങിയില്ല. രക്ഷപ്പെടാൻ അവന്റെ കാല്ക്കൽ സാഷ്ടാംഗം വീണു യാചിക്കുന്ന രംഗങ്ങൾ സ്ഥിരം അരങ്ങിൽ അവതരിപ്പിക്കപ്പെട്ടു പോന്നു.

അങ്ങനെ ഒരു സുദിനം. ഞാൻ ബ്ളെയ്ഡ് വച്ച് പെൻസിൽ ചെത്തുകയായിരുന്നു. അവൻ എന്തോ പറഞ്ഞ് എന്നോട് തല്ല് പിടിക്കാൻ വന്നു. എനിക്ക് ശരിക്കും ദേഷ്യം ഇരച്ചു കയറി. ഞാൻ ബ്ളെയ്ഡ് വച്ചു അവന്റെ കൈത്തണ്ടയിൽ വരഞ്ഞു. പെട്ടെന്ന് ചോര വരാൻ തുടങ്ങി. രണ്ടുപേരും പേടിച്ചു. അവനു കരയാൻ അവസരം കൊടുക്കാതെ ഞാൻ അലറിക്കരഞ്ഞു. എന്റെ പേടിയും കരച്ചിലും കണ്ടിട്ടാണോ എന്നറിയില്ല അവൻ സധൈര്യം സംഭവം നേരിട്ടു. മുറിവ് എങ്ങനെയൊക്കെയോ വച്ചു കെട്ടി. അച്ഛനും അമ്മയും കോളേജിൽ നിന്നു വന്നപ്പോൾ എന്തോ കഥ മെനഞ്ഞ് അവൻ എന്നെ രക്ഷിച്ചു. ജീവിതത്തിൽ ആദ്യമായി അവന്റെ കണ്ണുകളിൽ ഞാൻ കണ്ടു. എന്നോടുള്ള 'കരുണ'. ഈ മുറിവ് അവന്റെ SSLC പുസ്തകത്തിൽ ജനനമുദ്രയായി രേഖപ്പെടുത്തപ്പെട്ടു.

അദ്ധ്യായം ആറ് -വീരം

ലോകത്ത് ചിലയിടങ്ങളിൽ കപടവീരന്മാരുടെ ലീലാവിലാസമാണ്.

വീട്ടിലെ രാജാവ് താൻ ആണ് എന്ന മട്ടിലാണ് നാട്ടിൽ നടപ്പ്. എന്നാൽ ഈ വീരനെ വീട്ടിൽ സ്ഥിരം കാണപ്പെടുന്നത് പാത്രങ്ങൾ കഴുകാനിട്ടിരിക്കുന്ന സിങ്കിന്റെ ചുവട്ടിലാണത്രേ. പുള്ളിക്ക് നാട്ടിൽ മാത്രമല്ല വീട്ടിലും ജീവിച്ചു പോകണ്ടേ. പാത്രം കഴുകി കഴുകി ഒന്നു നടുനിവർത്താൻ വഴിയിലേക്കിറങ്ങിയപ്പോൾ അടിച്ചിറക്കിയ വീരവാദങ്ങൾ. അടുക്കളയും അനുബന്ധ പ്രവർത്തനങ്ങളും തന്റെ വകുപ്പേ അല്ല എന്നാണ് പറച്ചിൽ. അതൊക്കെ സ്ത്രീജനങ്ങളുടെ മാത്രം ജോലിയെന്ന കവല പ്രസംഗവും. പോരാതെ വലിയ മീനും കൊഞ്ചും വാങ്ങുന്ന വിവരണവും. അടുക്കളയിൽ എപ്പോഴും അനക്കം വേണമെന്ന മട്ട്.

ഭാര്യവീട്ടിൽ ആളു കളിക്കുന്ന വേറെ ഒരു വിരുതൻ. അമ്മായിഅമ്മയുടെ കൈപുണ്യത്തെ പൊക്കി പറഞ്ഞ് ഒന്ന് രണ്ടു കിലൊ ചെമ്മീനൊ

കക്കയൊ മറ്റൊ ആയിട്ടായിരിക്കും മിക്കവാറും വരവ്. പിന്നെ അതെല്ലാം വൃത്തിയാക്കി മരുമകനെ സൽക്കരിക്കാതെ എങ്ങനെ പറഞ്ഞയക്കും. പാവം അമ്മായിഅമ്മ പണിയെടുത്ത് നടുവൊടിയും. എന്നാൽ സ്വന്തം വീട്ടിൽ മരുമകന്റെ ഇഷ്ടഭക്ഷണം വെറും കഞ്ഞിയും പയറും. അവിടേയ്ക്ക് ഇതൊക്കെ കൊണ്ട് പോയാൽ വിവരം അറിയും. അമ്മ അമ്മായി അമ്മ അല്ലല്ലോ.

വർഷങ്ങളായി ഇടവേളകൾ ഇല്ലാതെ പാചകപരീക്ഷണങ്ങൾ അരങ്ങേറുന്ന വീടാണ് അടുത്ത രംഗം. തന്റെ കൈപുണ്യം എല്ലായ്പ്പോഴും വാഴ്ത്തപ്പെട്ടിരിക്കണമെന്ന് ശാഠ്യമുള്ള ഗൃഹനാഥ. പൂച്ച കണ്ണടച്ച് പാൽ കുടിക്കുന്ന പോലെ മേശപ്പുറത്ത് വരുന്നതെന്തും കഴിക്കാൻ വിധിക്കപ്പെട്ട വീരയോദ്ധാവ്. അയാളോടൊപ്പം ആ യുദ്ധമുന്നണിയിൽ അങ്കത്തിനിറങ്ങുന്ന മറ്റു പടയണികൾക്കും രക്ഷയില്ല. പ്രശംസ വാരിക്കോരി

ചൊരിഞ്ഞു കൈകഴുകുകയേ നിവൃത്തിയുള്ളൂ. ബന്ധു രാജ്യത്തെ വിരുന്ന സൽക്കാരങ്ങളിലെ കൊതിയൂറും വിഭവങ്ങൾ, അയൽരാജ്യത്തെ കുശിനിപ്പുരയിൽ നിന്നുയരുന്ന സുഗന്ധം ഇതൊന്നും അറിഞ്ഞില്ല അഥവാ അറിയുന്നില്ല എന്ന മട്ടിൽ പാവം യോദ്ധാവ് സ്വന്തം യുദ്ധക്കളത്തിൽ അങ്കം ജയിച്ചതായി അഭിനയിച്ച് ജീവിക്കുന്നു.

കപടവീരന്മാരുടെ കഥ അവിടെ നിൽക്കട്ടെ ഇനി എന്റെ സ്വന്തം ലോകം.

കഴിഞ്ഞ തവണ വീട്ടിൽ പോയപ്പോൾ എന്റെ സ്ഥിരം അടുക്കി പെറുക്കലിനിടയിൽ അച്ഛനും അമ്മയും കോളേജിൽ കൊണ്ടുപോയിരുന്ന അടുക്കടുക്കുള്ള സ്റ്റീൽ ചോറ്റുപാത്രം കണ്ടു. അച്ഛന്റെ മൂന്നു തട്ടും അമ്മയുടെ രണ്ടു തട്ടും ആണ്. ചോറ്, ഒരു ചാറ് കറി, ഒരു തോരൻ അതാണ് കണക്ക്. എനിക്ക് സ്കൂളിലേയ്ക്ക് ചോറ് കൊണ്ടുപോകാൻ ഇഷ്ടമില്ലാത്ത കാരണം രാവിലെ ഉണ്ടാക്കുന്ന പലഹാരമായിരിക്കും ഉച്ചയ്ക്കും ഭക്ഷണം. രാവിലെ അടുക്കളയിൽ ആകെ തിക്കും തിരക്കുമായിരിക്കും ഒരു ഏഴേമുക്കാലാകുമ്പോഴേയ്ക്കും അമ്മ എല്ലാം ഒരു വിധം തയ്യാറാക്കിക്കാണും. അവസാനത്തെ മിനുക്കുപണികൾ അച്ഛനെ ഏൽപ്പിച്ച് അമ്മ കുളിക്കാനായി ഓടും. അച്ഛൻ ചട്ടുകമെടുത്ത് ഇളക്കാൻ തുടങ്ങുന്ന സമയം മിക്കവാറും ചില നാടകീയ രംഗപ്രവേശങ്ങൾ ഉണ്ടാകാറുണ്ട്. പിന്നെ കഥയങ്ങ് മാറി മറയും. അമ്മയ്ക്ക് പരമസുഖം. ഒന്നും അറിയേണ്ടല്ലോ. കോളേജിൽ പോകാറാകുമ്പോഴേയ്ക്കും കറികൾ എല്ലാം റെഡി. അങ്ങനെ അച്ഛൻ അടുക്കളയിലെ വീരപുരുഷനായി തിളങ്ങി വാണു. ഈ രംഗങ്ങൾ പൊടിപ്പും തൊങ്ങലും വച്ച് വേറെ ചില സദസ്സുകളിൽ അവതരിപ്പിക്കപ്പെടാറുണ്ടായിരുന്നു. അച്ഛനുണ്ടാക്കുന്ന പുട്ടും പല കറികളും ചർച്ച വിഷയമായത് കാര്യമാക്കാതെ അമ്മ പിറുപിറുത്തുകൊണ്ട് അടുക്കളയിലെ യുദ്ധം തുടർന്നു.

അന്നൊക്കെ അടുക്കള സ്ത്രീകൾക്ക് പതിച്ചു നൽകിയിട്ടുള്ളതായിരുന്നല്ലോ. ഇന്ന് കഥയാകെ മാറി. നളപാചകത്തിന് കയ്യടി കിട്ടുന്ന കാലം.

ഈ പ്രശസ്തി ചൂഷണം ചെയ്ത് നടക്കുന്ന ഒരു വീരൻ എന്റെ അടുക്കളയിലും ഉണ്ട്. വിരുന്നുകാർ വരുമ്പോൾ ഒന്നിനും ഒരു കുറവുണ്ടാകരുതെന്ന് പ്രത്യേക നിഷ്കർഷ. അന്നത്തെ ദിവസം രാവിലെ മുതൽ അടുക്കളയിൽ മൽപിടുത്തം നടത്താനുള്ള വിഭവങ്ങളുടെ നീണ്ട നിരയുമായി വരും. ഇതിനിടയിൽ കയറിവന്ന് എന്തോ രഹസ്യക്കൂട്ടുമായി ഒരു കറി ഉണ്ടാക്കി കടന്നുകളയും. ബാക്കി വിഭവങ്ങളും പാത്രം കഴുകലും വൃത്തിയാക്കലും ഒക്കെയായി ഈ ചെപ്പടിവിദ്യ നമ്മൾ അത്ര ശ്രദ്ധിച്ചുകാണില്ല. ഇനിയാണ് വീരന്റെ സാക്ഷാൽ അവതാരം. വിരുന്നുകാർ

വരുന്നു. വിഭവങ്ങൾ നിരക്കുന്നു. എന്നാൽ ഇന്നത്തെ സ്പെഷ്യൽ എന്ന പേരിൽ വീരൻ സ്വന്തം കറി അവതരിപ്പിക്കും. ആളുകൾ പിന്നെ ആ കറിക്കുള്ള മൽപിടുത്തം തുടങ്ങും എന്ന് പറയേണ്ടല്ലോ. ഒരു യാചകന്റെ ഭാവത്തോടെ വിയർപ്പൊഴുകിയുണ്ടാക്കിയ എന്റെ കറികൾ വിളമ്പാനുള്ള ശ്രമം വൻ പരാജയം.

അച്ഛന്റെ പുട്ടിനും കറികൾക്കും പിൻതുടർച്ചക്കാരനായി വീരനും അരങ്ങ് തകർത്തു വാഴുന്നു. ഞാൻ പിറുപിറുത്തുകൊണ്ട് അടുക്കളയിലും.

വേനലവധി തുടങ്ങി സ്കൂളില്ലെങ്കിൽ പിന്നെ വിശപ്പിന്റെ വിളി കൂടുമല്ലോ. കഴിഞ്ഞദിവസം എന്റെ കൊച്ചുവീരനും മുട്ട വറുത്തതും കട്ടം കാപ്പിയും ഉണ്ടാക്കാൻ അടുക്കളയിൽ എത്തി. ഇനി ഇവൻ അടുത്ത ജാലവിദ്യക്കാരൻ ആകാനുള്ള പുറപ്പാടിലാണോ എന്നു വഴിയേ അറിയാം.

അദ്ധ്യായം ഏഴ് - ശാന്തം

അന്നും ഇന്നും എന്നും പരീക്ഷ എന്ന വാക്ക് അത്ര പിടുത്തമില്ല. ശാന്തസുന്ദരമായി ഒഴുകികൊണ്ടിരിക്കുന്ന ജീവിതം പ്രക്ഷുബ്ധമാക്കുന്ന ക്ഷണകത്തുകൾ ആണ് പരീക്ഷ ടൈംടേബിൾ. അത് കൈയ്യിൽ കിട്ടിയാൽ പിന്നെ പഠിക്ക് പഠിക്ക് എന്ന് പാവയ്ക്ക് കീകൊടുത്ത പോലെ അമ്മ പറഞ്ഞു തുടങ്ങും.

നാലഞ്ച് വീടുകൾ അപ്പുറം കേൾക്കുമാറ് ഉച്ചത്തിൽ ആണ് വായന. പരീക്ഷ അടുക്കുമ്പോൾ മണിക്കൂറുകൾ നീളുന്ന യജ്ഞം. ഭക്ഷണം കഴിക്കാൻ ഇടക്ക് എടുക്കുന്ന ഇടവേളകളിൽ മാത്രം അന്തരീക്ഷം

ശാന്തം. ഈ വായനയുടെ ഗുണദോഷ ഫലങ്ങൾ... നാട്ടുകാർ ഗതികെട്ട് പഠിപ്പുകാരിയെന്ന പട്ടം പതിച്ചുതരും, അമ്മയുടെ ചീത്ത വിളിയിൽ നിന്നും ഇടക്കാല മോചനം. പാവം ഞാൻ പരീക്ഷക്ക് പഠിക്കുകയാണല്ലോ. എന്നാൽ വായിച്ച് തളർന്നു ഒന്നു നിർത്തിയാൽ അപ്പോൾ കള്ളനെ പിടിക്കുന്ന പോലീസുകാരനെ പോലെ അവനിറങ്ങും. ഞാൻ ഉറങ്ങുകയാണോ എന്ന് നോക്കാൻ, എന്നിട്ട് വേണമല്ലോ വാണം വിട്ടപോലെ ഓടിച്ചെന്ന് അമ്മയുടെ ചെവിയിലോതാൻ. കുറച്ചധികനേരം ഒച്ച കേട്ടില്ലെങ്കിൽ നാട്ടുകാരും ചോദിക്കും പഠിത്തം കഴിഞ്ഞോ എന്ന്.

ഇതിനിടയിൽ ഒരു കാര്യം പഠിച്ചു. രാത്രി ഊണ് കഴിഞ്ഞാൽ ഉറക്കം തൂങ്ങി വീഴും. അതുകൊണ്ട് ബുദ്ധിജീവികൾക്ക് പറഞ്ഞിട്ടുള്ള രാത്രിപഠനം ഉപേക്ഷിച്ചു. അതിരാവിലെ എഴുന്നേറ്റ് പഠിക്കാമെന്ന് ഒരു പ്രകാരം അമ്മയെ ബോദ്ധ്യപ്പെടുത്തി. പത്താം ക്ലാസ്സിലെ പരീക്ഷയ്ക്ക് പഠിക്കുന്ന സമയം. ലോകം മുഴുവൻ ഉറ്റുനോക്കുന്ന പരീക്ഷ. നല്ല മാർക്ക് വാങ്ങിച്ചില്ലെങ്കിൽ വീട്ടിൽ പോയിട്ട് നാട്ടിൽവരെ കയറ്റില്ല എന്ന് അമ്മയുടെ ഭീഷണി. അങ്ങനെ മനുഷ്യരെല്ലാവരും ശാന്തമായി ഉറങ്ങുന്ന വെളുപ്പാൻ കാലത്ത് പുസ്തകത്തിനുമുന്നിൽ ഇരിപ്പുതുടങ്ങി. അമ്മയ്ക്കും അച്ഛനും

സന്തോഷം. ആഴ്ചകളുടെ നിരീക്ഷണത്തിൽ അവർക്ക് പഠനരീതിയിൽ വിശ്വാസം വന്നിട്ടാണോ എന്നറിയില്ല ഞാൻ പഠിക്കാനിരുന്നാൽ അവർ കുളിച്ച് അമ്പലത്തിൽ പോകാൻ തുടങ്ങി. എനിക്കും അത് വല്ലാതെ പിടിച്ചുപോയി. സ്കൂട്ടർ ഗെയ്റ്റ് കടന്നാൽ വളരെ അച്ചടക്കത്തോടെ ഞാൻ പുസ്തകത്തിൽ തലചായ്ച്ച് ഉറങ്ങും. പിന്നെ അലാറം കേട്ട് എണീക്കുന്ന പോലെ സ്ക്കൂട്ടർ പടികടന്നുവരുന്ന ശബ്ദം കേട്ടുണർന്ന് വായന തുടരും. നിർഭാഗ്യവശാൽ ഒരു ദിവസം ഈ അലാറം ഞാൻ കേട്ടില്ല. ശാന്തമായിപ്പോയിരുന്ന ആ പരീക്ഷാകാലം പൊടുന്നനെ പടച്ചട്ടയണിഞ്ഞ കാവൽഭടൻമാരുടെ കാലൊടിയൊച്ചകളാൽ കലുഷിതമായി.

നിന്ന് തിരിയാൻ പറ്റാത്ത അവസ്ഥ ഈ പഠനം സമ്മാനിക്കുമെന്ന് വൈകിയവേളയിൽ മനസ്സിലാക്കി അവന്റെ പാത പിൻതുടരാൻ തീരുമാനിച്ചു. ഉറക്കെ പാട്ട് വയ്ക്കുക. പാട്ടുകേട്ട് പഠിക്കുക. പുറമെയുള്ള ശബ്ദകോലാഹലങ്ങൾ കേട്ട് ശ്രദ്ധതെറ്റാതിരിക്കാനാണത്രേ. പാട്ട് വെച്ചിട്ടുണ്ടെങ്കിൽ പഠിക്കുകയാണ് എന്ന് അച്ഛനെയും അമ്മയെയും വിശ്വസിപ്പിക്കാൻ അവന് കഴിഞ്ഞു. ഞാനും പാട്ടുപഠനം ആരംഭിച്ചു. പിന്നീടുള്ള പരീക്ഷാകാലങ്ങൾ നാട്ടുകാർ അറിഞ്ഞതേ ഇല്ല. എപ്പോഴും പാട്ടോട് പാട്ട്!

വീണ്ടും പരീക്ഷാക്കാലം. ക്ഷണക്കത്ത് കാലേക്കൂട്ടി ചുവരിലെ ബോർഡിൽ പതിപ്പിച്ചു. ഇത്തവണ പക്ഷേ പടച്ചട്ടയണിഞ്ഞ കാവൽ ഭടനിലേക്കുള്ള ഭാവപകർച്ച. രംഗം പണ്ടത്തേതിലും കലുഷിതം. എന്നാൽ കാവൽഭടന്റെ അലർച്ചകേട്ട് യാതൊരു കുലുക്കവുമില്ലാതെ കാലും നീട്ടിയിരുന്ന് ഏതോ കഥാപുസ്തകം മറിച്ചുനോക്കുന്ന കൊച്ചു നായകൻ. അവസാനം തോൽവി സമ്മതിച്ച് ഹിമാലയത്തിലേക്ക് പോയാലോ എന്ന് പടവാൾ ഉറയിലിട്ടുകൊണ്ട് കാവൽഭടന്റെ ആലോചന.

രംഗം ശാന്തം സുന്ദരം ഹിമാലയത്തിലും ഇവിടേയും.

അദ്ധ്യായം എട്ട് - ആർദ്രം

ആപ്പിൾ പോലെ ചുവന്ന് തുടുത്ത കവിളുമായി നിൽക്കുന്ന എന്റെ പണ്ടത്തെ ഫോട്ടോയിലേയ്ക്ക് ഞാൻ വീണ്ടും നോക്കി. മനസ്സില്ലാമനസ്സോടെ കണ്ണാടിക്കുമുന്നിലേക്ക് നടന്നു. ഇപ്പോഴത്തെ രൂപം ഒന്നു നോക്കിയേക്കാം. വലിയ വ്യത്യാസമൊന്നും കാണുന്നില്ല. ആപ്പിൾ പോലത്തെ കവിളുകൾ അതുപോലെ തന്നെ. പിന്നെ മാറ്റമില്ലാത്തത് എന്നെ വിടാതെ പിൻതുടരുന്ന കുറേ കണ്ണുകളും...

തടിച്ച് വീപ്പക്കുറ്റിപോലെയാകരുത് എന്ന കർക്കശനിർദ്ദേശത്തോടെയാണ് എല്ലാ കൊല്ലവും അമ്മ വേനലവധിക്ക് കാലടിയിലേക്ക് പറഞ്ഞ് വിടുക. ചക്കയും, മാങ്ങയും, അലമാരി നിറച്ച് ഞങ്ങളെ കാത്തിരുന്ന വറവ് പലഹാരങ്ങളും, പിന്നെ പാടത്തെ പണിക്കാർക്ക് പത്തുമണി കഞ്ഞിക്ക് കൊടുക്കുന്ന ചൂടൻ പുഴുക്കും എന്നുവേണ്ട അമ്മയുടെ കൽപ്പനകളെ മനസ്സിൽ ധ്യാനിച്ചുകൊണ്ട് എല്ലാം മത്സരിച്ച് കഴിച്ചുതീർക്കും. ധൈര്യം ചോർന്നു പോകുന്നത് കൊടുങ്ങല്ലൂർ നിന്നും അച്ഛനും അമ്മയും വരുന്നു എന്ന് കേൾക്കുമ്പോഴാണ്. അന്ന് വേഗം കുളിച്ച് ഏറ്റവും വണ്ണം കുറവ് തോന്നുന്ന ഉടുപ്പ് വലിച്ചുകയറ്റി വയറ് എക്കിപ്പിടിച്ച് ഗെയ്റ്റിലേക്ക് നോക്കി ഒരു നിൽപ്പുണ്ട്. വണ്ടി വന്ന് നിൽക്കുമ്പോഴേ നെഞ്ച് പടപടാന്ന് ഇടിക്കാൻ തുടങ്ങും. അതുവരെ കഴിച്ചതും ഇനി കഴിക്കാൻ ഇരിക്കുന്നതും എല്ലാം അമ്മയുടെ നോട്ടത്തിൽ ഉരുകി പോകുന്ന പോലെ.

കാലങ്ങൾ കടന്നു പോയി. ഞാൻ ഭക്ഷണം കഴിക്കാൻ തുടങ്ങുമ്പോൾ ഉള്ള അമ്മയുടെ ഭാവമാറ്റം മനപ്പൂർവ്വം ശ്രദ്ധിക്കാതെ ചുറ്റിലും നിരത്തി വച്ചിരിക്കുന്ന കറികളിലേക്ക് ഊർന്നിറങ്ങി. എന്റെ കവിളുകളും എന്നോടൊപ്പം വളർന്നു.

കല്യാണ പ്രായമായി. ചുവന്നു തുടുത്ത കവിളുകൾക്ക് ഡിമാന്റില്ലാത്ത കാലം. ഉപദേശവുമായി ബന്ധുക്കളുടെ നീണ്ടനിര. സമ്പൂർണ്ണ സസ്യാഹാരം മുതൽ വിവിധ തരം വ്രതങ്ങളുടെ പട്ടികയുമായി അവർ അമ്മയെ വിടാതെ പിൻതുടർന്നു. ഞാൻ ഊണുമുറിയുടെ പരിസരത്തേക്ക് വരുമ്പോഴെ അമ്മയിൽ ഭാവമാറ്റം കണ്ടു തുടങ്ങി. ദൈവം എന്റെ സങ്കടം കേട്ടുവെന്ന് തോന്നുന്നു. നാലുനേരവും സദ്യവട്ടം ഒരുക്കുന്ന വീട്ടിലേക്ക് ചെന്ന് കയറിയ എനിക്ക് പണ്ട് കാലടിയിൽ പോയി വാരിവലിച്ച് കഴിച്ചിരുന്ന കാലം മനസ്സിൽ തെളിഞ്ഞു വന്നു. എന്റെ കവിളുകൾ വീണ്ടും ചുവന്നു തുടുത്തു.

പിൻതുടരുന്ന കണ്ണുകൾ വിടുന്ന ഭാവം കാണുന്നില്ല.

കല്ല്യാണവീടാണ് രംഗം. വരുന്നവരുടെയും പോകുന്നവരുടേയും കണക്കെടുക്കാൻ കാർന്നോന്മാർ വരാന്തയിൽ കസേരയിട്ട് നിരനിരയായി ഇരിപ്പുണ്ട്. കുറേ നാളുകൾക്ക് ശേഷം എല്ലാവരെയും ഒരുമിച്ചു കാണാമല്ലോ എന്ന ആവേശത്തിലായിരുന്നു ഞാൻ. എന്നാൽ കാർന്നോന്മാരെ വെട്ടിച്ച് അകത്തേക്ക് കയറാൻ ഒരു നിവൃത്തിയുമില്ല. അങ്ങനെ ചുണ്ടിൽ ഒരു പ്ലാസ്റ്റിക് പുഞ്ചിരിയുമായി അതിവിനയത്തോടെ ഓരോരുത്തരുടെയും അടുത്തേക്ക് ചെന്നു. കുശലപ്രശ്നങ്ങളിലെ ഒഴിച്ചുകൂടാനാവാത്ത ചോദ്യം എന്റെ ലോകപ്രസിദ്ധമായ തടിയെക്കുറിച്ച് തന്നെ. എന്റെ സന്തോഷം ആവിയായി പോകുന്ന അവസ്ഥ. എരിതീയിൽ എണ്ണ കോരി ഒഴിക്കാൻ ഉപദേശ നിഘണ്ടു നിവർത്തി ഒരു മഹാൻ. ഞാൻ കഴിക്കേണ്ടുന്ന ഭക്ഷണത്തെക്കുറിച്ചും പാലിക്കേണ്ട ദിനചര്യകളെക്കുറിച്ചും പ്രസംഗം ആരംഭിച്ചു. എന്റെ ക്ഷമ നശിച്ചുതുടങ്ങി. ഇനി ഇതു തുടരാൻ അനുവദിക്കേണ്ട ആവശ്യമില്ല. അന്ന് ആദ്യമായി ഞാൻ പ്രതികരിച്ചു. മഹാനു ഇഷ്ടപ്പെട്ടോ ഇല്ലയോ എന്നത് എനിക്ക് വിഷയമല്ല. ഇത്തവണ ചുവന്ന് തുടുത്തത് കവിളുകൾക്ക് പകരം എന്റെ രണ്ടു കണ്ണുകൾ. ഒരു മാറ്റം ഇരിക്കട്ടെ.

വെറുതെയല്ല അമ്മയുടെ കണ്ണുകളിലും ഈ ഭാവം കണ്ടിരുന്നത്. സമൂഹം കുശലപ്രശ്നക്കാരെക്കൊണ്ട് നിറഞ്ഞിരിക്കുകയാണല്ലോ അന്നും ഇന്നും.

വീണ്ടും ഞാൻ കണ്ണാടി നോക്കി. പിന്നെ ആ പഴയ ഫോട്ടോയും. സുന്ദരിക്കുട്ടി തന്നെ!

അദ്ധ്യായം ഒമ്പത് - ഹാസ്യം

ചില ആളുകളുടെ വാചകമടി കേൾക്കാൻ ഒരു രസമാണ്. അവർ ഭൂമിയുടെ രാജാക്കന്മാരായി വാഴട്ടെ.

എനിക്ക് കാറുകളെപ്പറ്റി യാതൊരു വിവരവുമില്ല. പാട്ടുപാടാൻ അറിയാത്ത കുട്ടിയെ പാട്ടു ക്ലാസ്സിൽ ചേർത്തപോലെ ആയിരുന്നു അച്ഛൻ ഡ്രൈവിങ്ങ് ക്ലാസ്സിലേയ്ക്ക് എന്നെ ഉന്തി തള്ളി വിട്ടത്. ക്ലാസ്സ് കട്ട് ചെയ്യാനുള്ള എന്റെ എല്ലാ സൂത്രങ്ങളും ആശാൻ നിസ്സാരമായി തള്ളി ക്കളഞ്ഞത് കൊണ്ട് എങ്ങനെയൊക്കെയോ തട്ടിമുട്ടി ഡ്രൈവിങ്ങ് ലൈസൻസ് കിട്ടി. പിന്നെ വളയം പിടിക്കാൻ ഞാൻ ശ്രമിച്ചിട്ടില്ല.

നൂറ്റൊന്ന് പവനും കാറും ആണ് അന്ന് കല്ല്യാണ മാർക്കറ്റിലെ ഏറ്റവും കുറഞ്ഞ വില പേശൽ. അമ്മായിയച്ഛൻ കാറ് വാങ്ങി കൊടുത്താലേ ഈ ചെക്കന്മാർക്ക് പുറത്തിറങ്ങാനാവൂ എന്ന് ചിന്തി ക്കാതില്ല. കല്ല്യാണത്തിന്റെ മേൻമ കൂടുന്നത് കാറിന്റെ വില കൂതിക്കു മ്പോഴാണ്.

അടുത്ത ഒരു ബന്ധുവിന്റെ കല്ല്യാണത്തലേന്ന് ബന്ധുക്കളും നാട്ടുകാരും നിരനിരയായി വരുന്നു. മുറ്റത്ത് സ്ത്രീധനക്കാർ അലങ്കരിച്ചിട്ടി രിക്കുന്നു. കല്യാണപെണ്ണിന് അത്രക്കും ഒരുക്കമുണ്ടോ എന്ന് സംശയം. ആങ്ങള വരുന്നവരെ മുഴുവൻ കാറിന്റെ അകവും പുറവും എന്നു വേണ്ട ബോണറ്റ് വരെ തുറന്ന് കാണിക്കുന്നുണ്ട്. നാട്ടുകാർ വർണ്ണനകേട്ട് വാപൊളിക്കുന്നത് കണ്ട് ചിരി അടക്കാൻ കുറെ പാടുപെട്ടു. തിരിച്ച് വീട്ടിലെത്തിയപ്പോൾ പെൺകുട്ടിയുടെയാണോ അതോ കാറിന്റെ കല്യാണത്തിന് പെൺകുട്ടിയെ കൊടുക്കുകയാണോ എന്ന ചോദ്യം

അമ്മയോട് ചോദിക്കാനാഞ്ഞെങ്കിലും രസിച്ചിലെങ്കിലോ എന്ന് വിചാരിച്ച് ഉപേക്ഷിച്ചു.

വേറൊരു കൂട്ടർക്ക് എല്ലാം രഹസ്യമാണ്. ഒരു കിലോ പഞ്ചസാര കടയിൽ പോയി വാങ്ങുന്ന ലാഘവത്തോടെ കാറ് വാങ്ങാൻ പറ്റില്ല ല്ലോ. സ്ത്രീധനക്കാറ് ഏതാണെന്ന് നാട്ടിൽ പാട്ടായാൽ അവരുടെ കല്യാ ണറേറ്റിങ്ങ് ഇടിയുമോ എന്ന് ഭയന്നിട്ടാണോ എന്നറിയില്ല അവസാന നിമിഷംവരെ നാട്ടുകാരേയും ബന്ധുക്കളെയും ഉദ്വേഗത്തിന്റെ മുൾമു നയിൽ നിർത്തിയാണ് സ്ത്രീധനക്കാറിന്റെ രംഗപ്രവേശം. അമ്പമ്പോ ഇത് ഇത്തിരി കൂടിയ ഇനം കാറാണല്ലോ എന്ന നാട്ടുകാരുടെ അഭി പ്രായപ്രകടനത്തിനു നടുവിലൂടെ കല്യാണപ്പെണ്ണിനെ ആനയിക്കുന്നത് കണ്ടും ഞാൻ പതുക്കെ ചിരിച്ചു. വർഷങ്ങൾ കടന്നുപോയിട്ടും ഇവർ ഒരു ഈച്ചക്കുഞ്ഞുപോലും അറിയാതെയാണ് കാറുവാങ്ങൽ ഉൾപ്പെടെ എല്ലാ പരിപാടികളും നടത്തുന്നത്. നാട്ടുകാരെ ഞെട്ടിക്കുന്നത് ഒരു ഹരം. എന്നാൽ മറ്റുള്ളവരുടെ കാര്യങ്ങൾ ചോദിച്ചു കിഴിഞ്ഞെടുക്കാൻ ഇവരെ കഴിഞ്ഞ് ആരുമില്ല എന്നു മറുപുറം.

എന്റെ സ്ത്രീധനക്കാറിനെക്കുറിച്ച് നാട്ടുകാരുടെ ഇടയിൽ ചർച്ച നടന്നോ എന്നറിയില്ല. എല്ലാവരേയും ഇളിഭ്യരാക്കിക്കൊണ്ട് ഞാൻ

സ്ത്രീധനക്കാർ ഇല്ലാതെ കല്യാണം കഴിച്ച് നാട്ടിൽ നിന്നും പോയി.

പട്ടാളക്കാരന്റെ വെടിയുണ്ട കഥകളെ വെല്ലുന്ന ചില 'മരുമകൻ' വിശേഷങ്ങൾ എഴുതാതെ വയ്യ. വിദേശത്തുള്ള മരുമക്കൾക്കാണ് കേട്ടോ സ്വൽപം നിലയും വിലയും കൂടുതൽ. നാട്ടിലെ കത്തികൊണ്ട് മീൻ വെട്ടിയിരുന്ന കാലമൊക്കെ പോയി. വിദേശകത്തി മരുമകൻ പ്രത്യേകം കൊടുത്തയച്ചിട്ടുണ്ട്. അതു മാത്രമോ അവിടെ നിന്ന് കൊണ്ടുവന്ന നോൺ സ്റ്റിക്ക് പാത്രത്തിൽ തന്നെ കറി വയ്ക്കണം. മീൻ കറിക്ക് സ്വാദ് സ്വൽപ്പം കൂടും. വെറും നാടൻ മീൻ കറി വച്ച് മരുമകനെ സൽക്കരിക്കുന്നവരുടെ കൂട്ടത്തിൽ ഉള്ള അമ്മ ഇവരുടെ മുന്നിൽ പിടിച്ച് നിൽക്കാൻ പെടുന്ന പാട് കണ്ട് ചിരി സഹിക്കാൻ പറ്റുന്നില്ല.

ഔദ്യോഗികയാത്രകളുടെ കണക്കെടുപ്പാണ് അടുത്തത്. അതിൽ മകൻ മരുമകൻ വ്യത്യാസമില്ല. അവർ ചെയ്തതും ചെയ്യാനിരിക്കുന്നതു മായ യാത്രകളുടെ പൊടിപ്പും തൊങ്ങലും വച്ചുള്ള വിവരണം കേട്ടാൽ ആരാണ് യഥാർത്ഥത്തിൽ യാത്ര പോയതെന്ന് തോന്നിപ്പോകും. അത് വിദേശയാത്രയാണെങ്കിൽ പറയുകയും വേണ്ട. മകനെ, മരുമകനെ അന്റാർട്ടിക്കയിലേയ്ക്കോ പറ്റുമെങ്കിൽ ഒന്നു ചന്ദ്രനിലേക്കോ പറഞ്ഞു വിട്ടെന്നു വരും. ഇതിനിടയിൽ പ്രോത്സാഹനം കിട്ടാതെ സ്വന്തം മാർക്കറ്റ് ഇടിയുമെന്ന് ഭയന്ന ഒരു മരുമകൻ നാലാൾ അറിയട്ടെ എന്ന മട്ടിൽ വിമാന ടിക്കറ്റിന്റെ പടം നാലിടത്ത് പ്രദർശിപ്പിച്ച് നെഞ്ചുവിരിച്ച് നടക്കുന്ന കാഴ്ചയുമുണ്ട്.

ഡ്രൈവിങ്ങ് സീറ്റ് എനിക്ക് പറഞ്ഞിട്ടുള്ളതല്ല എന്ന ഉറച്ച വിശ്വാസത്തെ കാറ്റിൽ പറത്തികൊണ്ട് കൊല്ലങ്ങൾക്ക് ശേഷം ദുബായ് നിരത്തുകളിലൂടെ ഞാൻ വണ്ടി ഓടിക്കാൻ തുടങ്ങി. അവിടെ എനിക്ക് ലൈസൻസ് കിട്ടിയത് സത്യം പ റഞ്ഞാൽ ഒരു മനുഷ്യൻ പോലും വിശ്വസിക്കാൻ തയ്യാറായില്ല. ഇഷ്ടമുണ്ടായിട്ടല്ല വേറെ നിവൃത്തിയില്ലാതെ തലങ്ങും വിലങ്ങും വഴിതെറ്റി പഠിച്ചും ഞാൻ യാത്ര തുടർന്നു. സധൈര്യം വണ്ടിയോടിച്ച് നടക്കുന്ന പെൺകുട്ടികളോട് പണ്ട് എനിക്ക് അസൂയ കലർന്ന ആരാധന ആയിരുന്നു. ഏതോ വലിയ കാർ മകൾ ഡ്രൈവ് ചെയ്യുന്നതും അനായാസമായി പാർക്ക് ചെയ്യുന്നത് മറ്റുള്ളവർ അത്ഭുത പരതന്ത്രരായി നോക്കുന്നതും വർണ്ണിച്ച ഒരു ബന്ധുവിനെ ഓർമ്മ വന്നു.

ചെറുചിരിയോടെ വണ്ടി പാർക്ക് ചെയ്ത് ഞാൻ വീട്ടിലേയ്ക്ക് നടന്നു.

അങ്ങനെ എത്രയെത്ര കഥകൾ ചിരിക്കാനും ചിരിപ്പിക്കാനും

നവരസങ്ങൾ...

വേരുകൾ

വണ്ടു അച്ഛൻ കോളേജിൽ നിന്ന് വന്നാലുടൻ പാന്റും ഷർട്ടും മാറ്റി കള്ളിമുണ്ടുടുത്ത് നനക്കാനിറങ്ങും. ചിലപ്പോൾ മോട്ടോർ പണിമുടക്കും. അതു ശരിയാക്കി വരുമ്പോൾ ഹോസ് പൊട്ടിയിട്ടുണ്ടാകും. പത്തമ്പത് കഷ്ണങ്ങൾ കൂട്ടി ചേർത്ത് നീളം കൂട്ടിയ ഹോസ് പൊട്ടാത്ത ദിവസങ്ങളില്ല. എന്നാലും അച്ഛൻ ക്ഷമയോടെ ശരിയാക്കി നന തുടരും.

പറമ്പിൽ കറങ്ങി നടക്കാൻ എനിക്കും ഇഷ്ടമായിരുന്നു. പടിഞ്ഞാറെ പറമ്പിലെ കുളം ഇപ്പോൾ മണ്ണിട്ടു മൂടി. അച്ഛൻ അതിൽ നിറയെ മീൻ വളർത്തിയിരുന്നു. സുമതിചേച്ചിയുടെ മുറ്റമടിയുടെ ഗുണം കാരണം മുറ്റത്തെ പുല്ലുകൾ മത്സരിച്ചു വളർന്നു. അന്നും ഇന്നും മുറ്റമടിക്കാനും പുല്ലുപറിക്കാനും എനിക്ക് വല്ല്യ ഇഷ്ടമാണ്. ചെടികൾക്ക് വെള്ളം ഒഴിക്കുന്ന ജോലി ഏറ്റെടുക്കാറുണ്ടായിരുന്നെങ്കിലും ഞാൻ ചെടികളെ സ്നേഹിച്ചിരുന്നോ എന്ന് ഓർമ്മയില്ല. പക്ഷേ മുറ്റത്ത് എന്റെ പച്ചക്കറി ത്തോട്ടം വച്ചു പിടിപ്പിക്കാനുള്ള ശ്രമം നടത്തിയിരുന്നു. തണ്ണിമത്തൻ കുരു പാകി എന്നും വേരു വന്നോ എന്ന് പറിച്ചു നോക്കും. ആ ശീലം ഇപ്പോഴും കൂടെയുണ്ട്. എന്റെ ഒപ്പം വളരുന്ന ചെടികൾ അവരുടെ ആയുസ്സിന്റെ വലിപ്പം കൊണ്ട് ജീവിക്കുന്നു!

മനുഷ്യർക്കും വേരുകൾ ഉണ്ടെന്നാണ് എനിക്ക് തോന്നുന്നത്. ഞാൻ കൊടുങ്ങല്ലൂർ ജനിച്ചു വളർന്ന ചെടിയാണല്ലോ. അവിടത്തെ മണ്ണിന്റെ മണവും കാറ്റിന്റെ തലോടലും എന്റെ കൂടെ തന്നെയുണ്ട്. പിന്നെ എത്രയെത്ര സ്ഥലങ്ങളിൽ പറിച്ചു നട്ടു. ഓരോ സ്ഥലവും മണ്ണും മനുഷ്യരും വ്യത്യസ്ത അനുഭവങ്ങൾ. ചിലയിടങ്ങളിൽ എന്റെ വേരുകൾ ആഴ്ന്നിറങ്ങാൻ മടിച്ചു നിന്ന പോലെ.

പ്ലസ് ടു കാലം കല്പരായിരുന്നു. എഞ്ചിനിയറിങ്ങ് എൻട്രൻസ് എന്ന വലിയ കോടാലി എന്റെ തലയ്ക്കു മുകളിൽ എപ്പോഴും തൂങ്ങിക്കിടക്കുന്നുണ്ടായിരുന്നത് കൊണ്ട് ആ രണ്ട് കൊല്ലം ഞാൻ വളർന്നേയില്ല എന്ന് തോന്നുന്നു.

പിന്നെ പാലക്കാട്ടേയ്ക്ക്. കൂട്ടുകാരുടെ കലപിലകളും ഹോസ്റ്റലും കോളേജും ഒരു പുത്തൻ ഉണർവ്വായിരുന്നു. പാലക്കാടൻ മണ്ണിൽ എന്റെ ഇലകൾ വീണ്ടും തളിർത്തു. കോളേജിനു പിന്നിലെ വലിയ മലയിൽ നിന്നടിക്കുന്ന ചൂടുകാറ്റിലും ഞാൻ വാടിയതേയില്ല.

അടുത്തത് കല്യാണം. വേറൊരു മരത്തണലിൽ വളരാനുള്ള ഉടമ്പടി. ഘാഫ് മരങ്ങളുടെ നാട്ടിലേക്കുള്ള പറിച്ചു നടൽ. ചുട്ടുപഴുത്ത മണലാരണ്യവും ഒട്ടകങ്ങളും ഈന്തപ്പനകളുമായിരുന്ന മനസ്സിൽ. എന്നാൽ മരുഭൂമിയിലെ ചൂടുകാറ്റ് എങ്ങനെ അനുഭവിക്കാനാണ്. നിർത്താതെ പ്രവർത്തിക്കുന്ന എസിയുടെ മരവിക്കുന്ന തണുപ്പിൽ ഞാൻ വളരാൻ ശ്രമിച്ചു. പുതിയ കാഴ്ചകൾ. ചുറ്റും വെള്ളപൂശിയ കെട്ടിടങ്ങൾ മാത്രം ആദ്യമായി ഫ്ളാറ്റിന്റെ നാലു ചുമരുകൾക്കുള്ളിൽ അകപ്പെട്ട വീർപ്പുമുട്ടൽ. പിന്നെ അതൊരു ശീലമായി. അകത്തു വളരുന്ന ചെടികളോടൊപ്പം ഞാനും കൂടി.

ആഴ്ചകളും മാസങ്ങളും വർഷങ്ങളും കടന്നുപോകുന്നു.

വീടും, ചുമരുകളും, ഉടുപ്പുകൾ ഭംഗിയായി ഒതുക്കിവച്ച അലമാരകളും, പിന്നെ സൂര്യൻ എത്തിനോക്കുന്ന കൊച്ചു ജനാലകളും, വല്ലപ്പോഴും വിരുന്നുകാർക്കായി തുറന്നുകൊടുക്കുന്ന ആ ഒറ്റവാതിലുമായി കൂട്ടുകൂടി വരുമ്പോഴേയ്ക്കും അടുത്ത സ്ഥലത്തേയ്ക്കുള്ള ക്ഷണം വന്നുകാണും. പിന്നെ ഒരു വേവലാതിയാണ്. എനിക്കിനിയും ഇലകൾ വരുമോ?

എന്നാൽ ഈ പറിച്ചുനടലുകളിലൂടെ ഞാൻ എന്നെ കൂടുതൽ അറിഞ്ഞു. പകലുകൾ രാത്രികൾ മരങ്ങൾ മനുഷ്യർ. ചിലരുമായി ഞാൻ വല്യ ചങ്ങാത്തത്തിലുമായി. പ്രായമായി തുടങ്ങിയോ ആവോ എവിടെയും ഞാൻ തളിർക്കാൻ തുടങ്ങി.

അങ്ങനെ മരുഭൂമിയിൽ നിന്നും നാട്ടിലേയ്ക്ക് ഒരിക്കലും വിചാരിക്കാതെ ഒരു വരവ്. അതും സ്ഥിരതാമസത്തിനായി. നാട് എപ്പോഴും ഒരു കുളിരാണ്. വീണ്ടും എന്റെ മണ്ണിന്റെ മണം.

പന്ത്രണ്ടാം നിലയിലാണ് താമസം. ജനാലയിലൂടെ എന്നും കുറച്ചു നേരം പുറത്തേയ്ക്ക് നോക്കി നിൽക്കും. വീടുകൾ വലുതും ചെറുതും. ഒരു പിടി മണ്ണിന് ഇപ്പോൾ പൊന്നിനേക്കാളും വിലയാണല്ലോ. ഒറ്റ വീടുകൾ കാണാനേയില്ല. എല്ലാം തൊട്ടുരുമ്മി നിൽക്കുന്ന ഫ്ളാറ്റുകൾ.

കൊച്ചു സന്തോഷങ്ങൾ, സങ്കടങ്ങൾ. ടെറസ്സിൽ തുണിയലക്കി വിരിക്കുന്നു. സൂര്യനമസ്ക്കാരം മുതൽ പലതരം കസർത്തുകൾ. ബാൽക്കണികളിൽ നിന്നെത്തിനോക്കുന്ന പൂച്ചെടികൾ. പച്ചക്കറിക്കാരൻ ഉന്തുവണ്ടിയുമായി രാവിലെ തന്നെ ഇറങ്ങും. പട്ടികളുടെ കടിപിടികൾക്കിടയിലൂടെ തിരക്കിട്ടു ജോലിക്കു പോകുന്നവർ. അയൽപക്കത്തെ പെൺകുട്ടിയുമായുള്ള പ്രണയ സല്ലാപം. ഇടവഴിയിലെ ക്രിക്കറ്റ് കളി. നിരനിരയായി പൂക്കൂടകൾ നിരത്തിവച്ച് പൂവിൽക്കാനിരിക്കുന്ന അമ്മമാർ.

കല്യാണത്തിനു പോകാനൊരുങ്ങുമ്പോഴാണ് മുല്ലപ്പൂവാങ്ങാറ്. അച്ഛനെ തലേദിവസം തന്നെ ഓർമ്മപ്പെടുത്തും

പെട്ടെന്ന് മുറിയാകെ മുല്ലപ്പൂമണം നിറയുന്നപോലെ.

ടാങ്ക് നിറഞ്ഞൊഴുകുന്ന ഒച്ച ശ്രദ്ധിക്കാതിരുന്നു മോട്ടോർ നിർത്താത്തതിന് പണ്ട് അമ്മേടെ കയ്യിൽ നിന്ന് കുറെ ചീത്ത കേട്ടിട്ടുണ്ട്. ഇപ്പോൾ എന്റെ കണ്ണും കാതും പുറത്തെ ഒച്ചകൾക്കായി കാത്തിരിക്കുന്നു.

മനുഷ്യർ - ഏതു മണ്ണിലും വേരുറപ്പിക്കുന്ന വൻ മരങ്ങൾ

കൂട്ടത്തിൽ ഞാനും.

അമ്മയും ചക്കയും

വീട്ടിൽ കിഴക്കെ മുറ്റത്ത് നിന്നിരുന്ന പ്ലാവ് അച്ഛൻ എപ്പോഴോ വെട്ടികളഞ്ഞു. പ്ലാവിന്റെ നിഴൽ വീടിന്റെ മുകളിൽ പതിക്കുന്നത് ദോഷമാണെന്ന് ആരോ പറഞ്ഞു പേടിപ്പിച്ചത്രേ. എന്തെല്ലാം അന്ധവിശ്വാസങ്ങൾ. എന്നാൽ വർഷങ്ങൾ കഴിഞ്ഞപ്പോൾ ആരും അറിയാതെ വേറൊരു പ്ലാവ് കിഴക്കെ മുറ്റത്ത് തണൽ വിരിച്ച് വളർന്നു വന്നു. ഓരോ കൊല്ലവും അതിൽ ഉണ്ടാവുന്ന ചക്കകൾക്കായി അമ്മ കാത്തിരുന്നു. അയൽപക്കത്തേയ്ക്കും പിന്നെ ബന്ധുവീട്ടുകളിലേയ്ക്കും ചക്ക പങ്കുവയ്ക്കൽ അമ്മ ആവേശത്തോടെ ഏറ്റെടുക്കും. ചക്ക വരുന്നത് നാവിൽ തേന്നൂറുന്ന ഏർപ്പാടാണല്ലോ.

അന്നത്തെ വേനലവധികൾക്ക് എപ്പോഴും ചക്കയുടേയും മാങ്ങയുടേയും മണമാണ്. തെക്കെ മുറ്റത്തെ ചപ്പിക്കുടിയൻ മാവിൽ നിറയെ മാങ്ങ ആയിരിക്കും. ഒരു ചെറിയ കാറ്റു വീശിയാൽ മതി പടപടാന്ന് വീഴാൻ തുടങ്ങും. പതുക്കെ ഉടച്ചുടച്ച് തൊലി പൊട്ടാതെ മാങ്ങ കുടിക്കാൻ ഒരു പ്രത്യേക കൈമിടുക്ക് വേണം. തറവാട്ടിൽ പലതരം മാവുകൾ ഉണ്ട്. തേന്നൂറുന്ന ആ മാങ്ങകൾ ഈ ലോകത്ത് ഒരിടത്തും കിട്ടില്ല എന്ന് ഞാൻ ആണയിടുന്നു. ഓർക്കുമ്പോൾ കൊതി സഹിക്കാൻ പറ്റുന്നില്ല. രാത്രി ചോറൂണ് കഴിഞ്ഞ് മാങ്ങ ചെത്തൽ ഒരു ചടങ്ങാണ്. മാങ്ങാണ്ടി ബുക്ക് ചെയ്യലുമുണ്ട്.

ഒക്കലിൽ പോയാൽ പ്രിയൂർമാങ്ങയാണ്. പണ്ടത്തെ അരിപത്തായത്തിലും കുട്ടകളിലും വൈക്കോലിൽ പൊതിഞ്ഞ് പഴുക്കാൻ വയ്ക്കും. മഞ്ഞനിറമാകുന്ന മുറയ്ക്ക് അകത്താക്കി തുടങ്ങും. ചെത്താനുള്ള മടിക്ക്

ഞാൻ അതും ചപ്പി കുടിച്ചിട്ടുണ്ട്. പ്രിയൂർ മാങ്ങക്കുള്ളിൽ ചിലപ്പോൾ പുഴുക്കളും ഉണ്ടാകും. എത്ര എണ്ണത്തിനെ ഞാൻ അകത്താക്കിയിട്ടുണ്ടാകുമോ ആവോ?

അവിടെ കിഴക്കെ ഇറയത്ത് ചക്ക നിരനിരയായി ഇരിക്കുന്നു. പലപരുവത്തിലുള്ളവ. പത്തുമണിക്ക് പാടത്തെ പണിക്കാർക്ക് കഞ്ഞിയുണ്ട്. അതിനൊപ്പം ഉണ്ടാക്കുന്ന ചൂടുള്ള ചക്കപ്പുഴുക്ക് അടുപ്പിൽ നിന്നുതന്നെ വിളമ്പി കഴിക്കുന്നത് ഓർമ്മയുണ്ട്. അടുത്ത പരിപാടി ചക്ക പഴുത്ത മണം വരുന്നുണ്ടോ എന്ന ഇടക്കിടെയുള്ള പരിശോധനയാണ്. ലേശം പുളി വച്ചു തുടങ്ങുമ്പോൾ തന്നെ നല്ല രസമാണ്. പഴുത്താൽ പിന്നെ പറയുകയേ വേണ്ട. ആലോചിക്കുമ്പോൾ തന്നെ നാവിൽ വെള്ളമൂറുന്നു. ചക്ക കഴിച്ചാൽ ചക്കപോലാകുമെന്ന് പറയുമെങ്കിലും ഞാൻ ഒരിക്കലും

അതിന് വില കൽപ്പിച്ചിട്ടില്ല. പിന്നെ ചക്കക്കുരു പുഴുക്കിനുമുണ്ടല്ലോ ചില പിന്നാമ്പുറ പെരുമ്പറകഥകൾ.

ചക്കമടൽ വെട്ടി അരിഞ്ഞു പശുക്കൾക്ക് തിന്നാൻ കൊടുക്കും അങ്ങനെ ചക്കക്കാലം അവർക്കും കുശാലാണ്.

കാലം കടന്നുപോയികൊണ്ടിരുന്നു. ഞാൻ ചക്കയും മറന്നു മാങ്ങയും മറന്നു. കടലിനക്കരെ മരുഭൂമിയിലെ പ്രവാസജീവിതം. ഇടക്കെപ്പോഴോ പാകിസ്ഥാനി മാങ്ങകൾ കാണുമ്പോൾ വാങ്ങി കഴിക്കും. ചക്ക ഒരു അസുലഭ വസ്തുവായി മാറി. മൂന്നുനാലു ചക്കച്ചുളകൾ നല്ല വൃത്തിയായി ചെറിയ പാക്കറ്റിൽ സൂപ്പർമാർക്കറ്റിൽ ഒതുക്കിവച്ചിരിക്കുന്നത് അത്ഭുതത്തോടെ നോക്കി നിന്നിട്ടുണ്ട്. സ്വർണ്ണവിലയാണ്. തായ്‌ലാന്റിൽ നിന്നും ഇറക്കുമതി ചെയ്യുവയാണത്രേ. നമ്മുടെ നാട്ടിലെ ചക്കച്ചുളകൾ എന്ന് ഇങ്ങനെ ആഡംബരത്തോടെ നിരന്നിരിക്കുമോ ആവോ.

ബാംഗ്ലൂർ എത്തിയപ്പോൾ ഉന്തുവണ്ടികളിൽ ചക്കയും മാങ്ങയും വിൽക്കാൻ വച്ചിരിക്കുന്നു. ചില്ലുഭരണിയിൽ ഇട്ടുവച്ചിരിക്കുന്ന ചക്കച്ചുളകൾ ആവേശത്തോടെ വാങ്ങിക്കഴിച്ചു.

ഇക്കൊല്ലവും വീട്ടിലെ പ്ലാവിൽ നിറയെ ചക്കയുണ്ടെന്ന് അമ്മ പറഞ്ഞു. പക്ഷേ ചക്ക മൂത്ത് ഒരു പരുവമായപ്പോഴേയ്ക്കും കൊറോണ വന്നു. അമ്മയ്ക്കാകെ വിഷമം. പ്ളാവിൽ നിന്നു ചക്കയിടാൻ ആരെ വിളിക്കും. ഇത്തവണ വിതരണം ഉണ്ടാവില്ലെന്ന് ഞാനുറപ്പിച്ചു. ഞാനതിനെപ്പറ്റി മനപ്പൂർവ്വം ചോദിക്കാതായി. എന്നാൽ അമ്മയുടെ ചക്കകൾ പലയിടത്തും വിരുന്നുകാരായി ചെന്നതറിഞ്ഞു ഞാൻ തെല്ലൊന്നു ഞെട്ടാതിരുന്നില്ല. ലതച്ചേച്ചിയും അമ്മയും ഇനി പ്ളാവിൽ കയറിയോ ദൈവമേ!

എന്റെ ഊഹം തെറ്റിയില്ല വലിയ കോണി പ്ളാവിൽ ചാരിവച്ചു അമ്മ അതാ പ്ളാവിന്റെ പകുതിക്കു നിൽക്കുന്നു. മുറ്റം നിറയെ ചക്കകൾ.

ഞാൻ പെട്ടെന്നു കണ്ണു തുറന്നു. എല്ലായിടത്തും ചക്കവരട്ടിയുടെ മണം. എനിക്ക് ചിരി അടക്കാനായില്ല.